வால்ட்டேரை எப்படி நாம் கைது செய்ய முடியும்?

வால்ட்டேரை எப்படி நாம் கைது செய்யமுடியும்?

கட்டுரைத் தொகுப்பு

சாரு நிவேதிதா

தொகுப்பு: ஸ்ரீராம் சோமசுந்தரம்

எழுத்து
பிரசுரம்

Title: Voltairai Eppadi Naam Kaidhu Seyya Mudiyum?
Author's Name: Charu Nivedita
Copyright © Charu Nivedita - 2025
Published by Ezutthu Prachuram

All rights reserved. No part of this publication may be reproduced, stored in a retrieval system, or transmitted, in any form or by any means, electronic, mechanical, photocopying, recording, psychic, or otherwise, without the prior permission of the publishers.

Ezutthu Prachuram
(An imprint of Zero Degree Publishing)
No.75 & 76, Ist Floor, Kuppusamy Street,
Balaji Nagar,
Padi,
Chennai - 600050

Website: www.zerodegreepublishing.com
E Mail id: zerodegreepublishing@gmail.com
Phone: 89250 61999

Ezutthu Prachuram First Edition: April 2025
ISBN:978-93-48439-04-8
TITLE NO EP: 568

Rs. 180

Layout: Vidhya Velayudham
Cover Design: Negizhan
Printed at Manipal Technologies, India.

வேளாண் விஞ்ஞானியும் என் நண்பருமான
சி. கற்பகத்துக்கு...

கூட்டங்கள்

கூட்டம் - 1

சில மாதங்களுக்கு முன் திருநெல்வேலியில் நடந்த 'உரைகல்' இலக்கியக் கூட்டத்தில் என்னையும் பங்கு கொண்டு பேச அழைத்தார் கள்ளழகர். திருநெல்வேலி என்றதால் தயங்கினேன். ஏற்கனவே மதுரை நாடக விழாவில் வாங்கிய உதையினால் தெற்குத் திசை மீது கொஞ்சம் பயம். அவர்களது இலக்கியம் சார்ந்த மத உணர்வுகளைப் புண்படுத்தி விடுவோமோ என. 'அடிதடியிலெல்லாம் இறங்கமாட்டார்கள். விவாதம்தான் சூடாக இருக்கும். அதனால் என்ன?' என்று தைரியம் சொன்னார் கள்ளழகர். கூட்டத்தில் பேசிய லக்ஷ்மி மணிவண்ணன் எனது எழுத்துக்கள் போலி என்று விமர்சித்தார். பாலகுமாரன் தரத்தை விட மிஞ்சியது அல்ல என்றும் இன்னும் பலவாறாகவும் ஆக்ரோஷமாகவும் பேசினார். மற்றும் ஒரு அன்பர் எனது சிறுகதைகளை குமாஸ்தா எழுத்து என வர்ணித்தார். குமாஸ்தாவின் அனுபவங்கள் என்ற லெவலைத் தாண்டவில்லை

என்பது அவர் வாசித்த கட்டுரையின் சாரம். வேடிக்கை என்னவென்றால், ஒரு குமாஸ்தா ஆகிவிட்டால் அந்த அன்பரும் வாழ்க்கையில் 'செட்டில்'ஆகிவிடுவார் என்பதுதான். அப்புறம் இலக்கியமாவது மயிராவது. இப்படி'செட்டில்' ஆன பல முன்னாள் இலக்கியத் தீவிரவாதிகளை நான் அறிவேன். சமீபத்திய உதாரணம்: நாகார்ச்சுனன். இவருக்கு பிரம்மராஜன் என்ற ஒரு இலக்கியவாதியின் உழைப்பும் தியாகமும் பி.பி.சி.யில் வேலை வாங்குவதற்கு பயோடேட்டாவாக பயன்பட்டிருக்கிறது. இன்டர்நெட்டில் இவரைப் பற்றிய அறிமுகம் 'ஆதி சங்கரர்' தத்துவத்தில் நிபுணர் என்பதாக வருகிறது. தமிழவன் பிராண்ட் அமைப்பியல்வாதம் "ஆதிசங்கரர் அத்வைதமாக உருமாறிய வேறொரு கதை இது".

இங்கே இன்னொரு விஷயமும் ஞாபகம் வருகிறது. நான் - நீ என்ற எதிர்முரணை ஒருவர் அமைப்பியல்வாதம் பற்றிய அறிமுகம் இல்லாமலேயே அறிந்து கொள்ளமுடியும். அப்படியிருக்கும்போது நம்மூர் அமைப்பியல்வாதிகள் வெறும் பெருக்கல் குறிகளை மட்டும்தானே அறிமுகப்படுத்துகிறார்கள் (நான் x நீ).

'ஒரு பெருக்கல் குறியை அறிமுகப்படுத்த இத்தனை ஆர்ப்பாட்டமா?' என்று என் நண்பர் ஒருவர் கேட்டார். உண்மைதான். சில ஆண்டுகளுக்கு முன்பு வரை எல்லா இலக்கிய நிகழ்ச்சிகளிலும் விமர்சகர்கள் இது போன்ற பெருக்கல் குறிகளைப் போட்டு பார்வையாளர்களை பயமுறுத்துவது ஃபாஷனாக இருந்தது.

ஆனால் இப்போது நிலைமை கொஞ்சம் மாறி வருகிறது. பெருக்கல் குறி விமர்சகர்கள் லௌகீக வாழ்வின் ஆதாயங்களைத் தேடி ஓடிவிட்டதும் இதற்கு ஒரு காரணம் என்று சொல்லலாம்.

விமர்சகர்கள் மட்டும் அல்ல, கவிஞர்களும் கதாசிரியர்களும் கூட இப்படி திடீர் திடீரென காணாமல் போய்விடுகிறார்கள். ஒருவர் தொலைக்காட்சி நிலைய இயக்குனராகி விட்டார். இன்னொருவர் கல்யாணமாகி காணாமல் போய் விட்டார். இப்படி காணாமல் போனவர்கள் பற்றிய பட்டியலை

அடுக்கிக்கொண்டே போகலாம்."எங்கே சார் நேரம் இருக்கு? ஆபீஸ், வீடு, மனைவி, குழந்தைகள், அவர்களின் படிப்பு. மனைவிக்கு உடம்பு சரியில்லை, (அநேகமாக மூன்று நான்கு டி அண்ட் சி, அப்புறம் இனிமேல் டி அண்ட் சியே செய்ய முடியாது என்ற நிலையில் நிரந்தரமான கர்பத்தடை ஆபரேஷன். இல்லாவிட்டால் கர்ப்பப்பை நீக்கம், இதனால் எல்லாம் இந்தியப் பெண்களின் உடம்பு ஒரு கட்டத்திற்குப்பிறகு பல்வேறு நோய்களின் நிரந்தர வாசஸ்தலமாகிவிடுகிறது. இதற்கு எழுத்தாளனின் மனைவி மட்டும் விதிவிலக்கா என்ன?) பதினொரு மணிக்கு எல்லோரும் தூங்கின பிறகு படிக்க ஆரமிச்சா நமக்கும் தூக்கம் வந்துருது. அப்புறம் எங்கே படிக்கிறது?"

இதுதான் வாழ்வில் 'செட்டில்' ஆகிவிட்ட ஒரு தமிழ் எழுத்தாளனின் புலம்பல். இந்தப் புலம்பலில் ஒரு நிம்மதியான தொனியைக் கேட்க முடிகிறது. நல்ல உடை, நல்ல சாப்பாடு, ஏதோ ஒரு மாதிரி செக்ஸ் (தினமும் கை முட்டி அடிக்க வேண்டிய அவசியம் இல்லையே!) என்பதில் ஏற்படும் நிம்மதி அது. ஆனால் வாழ்வில் 'செட்டில்' ஆனபிறகும் எழுத்தை விடாமல் பற்றிக்கொண்டிருக்கும் எழுத்தாளர்களின் நிலையும் இதுதான் என்பதே இதன் அவலம். "இவ்வளவு இக்கட்டானநிலையில் எப்படி எழுதுகிறீர்கள்?" என்று கேட்டால் ஒவ்வொருவரிடமிருந்தும் ஒவ்வொரு விதமான பதில் கிடைக்கும்.

என்னைப் பொருத்தவரை நான் மூன்று அல்லது நான்கு மணி நேரம்தான் தூங்குகிறேன். எழுதுவதற்கோ படிப்பதற்கோ உவப்பான நேரம் இரவு மூன்று மணியிலிருந்து அதிகாலை ஏழு மணிவரை என்பதாக இருக்கிறது. MTV, VTV அல்லது MCM போன்ற சேனல்களைப் போட்டுவிட்டு எழுதுவது அல்லது படிப்பது என் வழக்கம். இந்தப் பக்கங்களையும் அப்படித்தான் எழுதிக் கொண்டிருக்கிறேன்.

செலின் தியோன், Ace of Base, Bon Jovi (Bed of Roses ஒரு அருமையான பாடல்), எகிப்தின் காலித், ரிக்கி மார்ட்டின்,

ஜெனிஃபர் லோபஸ், மடோனா, லூ பேகா, பீட்டில்ஸ், மரியா கெரி, பிங்க் ஃப்ளாய்ட், லயனல் ரிச்சி, மைக்கல் ஜாக்ஸன் என்று என் பட்டியல் மிகவும் நீண்டது. ஸ்டிங்கின் அராபிய மணம் (முக்கியமாக *Desert Rose*) என் இளமைப் பிராயத்து நினைவுகளோடு தொடர்புடையது. ஜான் லெனனின் *Imagine* பாடலை "இந்த நூற்றாண்டின் சிறந்த பாடல்" என்று சொல்லுவேன். உலோகத்தை உருக்கி வார்த்தது போன்ற சிலரது உடலழகு என்னை பிரமிக்கச் செய்யும். (ரிக்கி மார்ட்டின், ஜெனிஃபர் லோபஸ்). மிகவும் உற்சாகமாகிவிட்டால் எழுந்து நடனமாடுவதும் உண்டு. இதெல்லாம் இம்மாதிரி ஊர் உறங்கும் நேரங்களில் மட்டுமே முடியும். இந்த இசை அவந்திகாவுக்கு தலைக்குள் சம்மட்டியால் அடிப்பது போல் இருக்கிறது. அவளுக்கு மட்டும் அல்ல, எனக்குத் தெரிந்த பல தமிழ் எழுத்தாளர்களுக்கும், தமிழர்களுக்கும் கூட அப்படித்தான் இருப்பதாகச் சொல்கிறார்கள். இதனால் எனக்குள் ஏற்படும் அந்நிய உணர்வை பல ஆண்டுகளாக உணர்ந்து வருகிறேன். ஆனால் தமிழ் இலக்கிய உலகத்திற்கு அப்பாற்பட்ட சில நண்பர்களுடன் என் இசையுலக அனுபவம் ஒரு நாவலுக்குரிய அளவு விரிவானது. குறிப்பாக, மேற்கத்திய சாஸ்திரிய சங்கீதம். இதைக் கேட்கும் போது படிப்பதோ எழுதுவதோ இல்லை. சங்கீதமும் நானும் மட்டுமே. இந்த அனுபவத்தை வார்த்தைப்படுத்துவது பல சந்தர்ப்பங்களில் அசாத்தியமானதாகவே இருக்கிறது. பிரபஞ்சத்தில் எனது தனிமை (*cosmic loneliness*), பிரபஞ்ச வெளியினூடே எனது பயணம், இதனால் எனக்குள் ஏற்படும் உளவியல் பாதிப்புகள். ("சாரு நிவேதிதாவுக்கு பைத்தியம் முற்றிப் போய்விட்டது. விரைவில் தற்கொலை செய்து கொள்வார்" என்று ஒரு அன்பர் என்னைப் பற்றி எழுதியிருக்கிறார். *Cosmic madness* அன்னாருக்கு "பைத்தியம்" என்பதாக அர்த்தமாகியிருக்கிறது!) மீண்டும் குமாஸ்தா விஷயத்திற்கே வருகிறேன். தமிழ் எழுத்தாளர்கள் அனைவரும், ஒரு சிலர் நீங்கலாக, வயிற்றுப்பாட்டுக்காக குமாஸ்தா வேலை செய்பவர்கள்தான். ஐ.ஏ.எஸ்., ஐ.பி.எஸ். அதிகாரிகளாக இருக்கும் எழுத்தாளர்களை ஹெட்

கிளார்க்குகள் என்று சொல்லலாம். இவர்கள் நிலை இன்னும் மோசம், இரவு பன்னிரண்டு மணிக்குக் கூட அமைச்சரின் கார் டிரைவர் போனில் கூப்பிட்டு உத்தரவுகள் கொடுப்பார்.

ஆனால் எழுத்தின் நோக்கமோ சுதந்திரம். வைக்கம் பஷீரைப் போல் தேசம் தேசமாக எந்தத் தளைகளும் இன்றி சுற்ற வேண்டும். நாடோடியைப் போல் திரிய வேண்டும். இது டென்டு ஃபைவ் குமாஸ்தா எழுத்தாளரால் சாத்தியமா? எனது நண்பன் ஒருவன் இருக்கிறான். ஓவியன். ஓவியத்தைத் தவிர வேறு எந்தத் தொழிலும் செய்வதில்லை. குடிக்கத் தோன்றினால் இரவு முழுவதும் குடிப்பான். பகல் முழுவதும் உறங்குவான். தோன்றினால் ஓவியம் தீட்டுவான். தோன்றாவிட்டால் மாதக் கணக்கில் ஓவியத்தின் பக்கமே போக மாட்டான். தன் சுதந்திரத்தை முற்றுமுழுவதுமாக கொண்டாடுபவனாக வாழ்கிறான்.

இது தமிழ்நாட்டு எழுத்தாளனுக்கு வாய்க்காதது. அதனால் அவனுடைய எழுத்தும் அந்த அளவுக்குத்தான் இருக்கும். இந்த விதியை என் எழுத்து மீறுகிறதா என்பதை மற்றவர்கள்தான் முடிவு செய்ய வேண்டும்.

இப்பக்கங்களின் துவக்கத்தில் குறிப்பிடப்பட்ட நண்பர்கள் "மீறவில்லை" என்றார்கள்.

அவர்களுக்கு பதில் சொல்லுமாறு என்னை அழைத்தார் கூட்டத்தின் ஒருங்கிணைப்பாளர். நான் தயங்கியபோதும் சில நண்பர்கள் வற்புறுத்தியபடியால் பேசினேன்.

"நான் உங்களைச் சார்ந்தவன் அல்ல. நான் தமிழில் எழுதுவதாலேயே அப்படி நினைத்து விடவேண்டாம். நான் வேறோர் பள்ளியைச் சார்ந்தவன். அங்கே ஒரு ஆள் அல்ல, பலர் இருக்கிறார்கள்" என்று சொல்லி சிலரது பெயர்களைக் குறிப்பிட்டேன். இதுவே என் பேச்சின் சுருக்கம்.

"அவர்கள் எல்லாம் இலங்கைக்காரர்கள். அதிலும் வெளிநாட்டில் வசிப்பவர்கள். அவர்களை இங்கே சாட்சிக்கு அழைக்க முடியாது," என்று எழுந்து நின்று கூச்சலாகச் சொன்னார் லக்ஷ்மி மணிவண்ணன்.

“துரதிஷ்டம்தான். வேண்டுமானால் இப்போது என் கைவசம் இருக்கும் ஒரு கடிதத்தை வாசித்துக் காண்பிக்கவா?” என்றேன். அதற்குள் தேவதச்சன் எழுந்து நான் ஏதோ தமிழ் எழுத்தாளர்களை எல்லாம் அவமானப்படுத்தி விட்டதாக தன் வருத்தத்தை தெரிவித்தார்.

“ஐயோ, நான் யாரையும் அவமானப்படுத்தவில்லை. நீங்களே உயர்ந்தவர்கள். நாங்கள் தாழ்ந்தவர்கள்தான். ஆனால் நாங்கள் உங்கள் பள்ளியைச் சார்ந்தவர்கள் அல்ல. நாங்கள் உங்களில் இருந்து வேறுபட்டவர்கள் என்பதை மட்டுமே வலியுறுத்திச் சொல்லிக்கொள்கிறேன்” என்றேன்.

இந்த சலசலப்புகளுக்குப் பிறகு மாலையில் எனது கட்டுரை வாசிப்புக்கான முறை வந்தது. கலாமோகனின் சிறுகதைத்தொகுதி நிஷ்டை பற்றிய என் கட்டுரையை வாசித்தேன். *(தலைப்பு: இருள் வெளியினுடே ஓர் நாடோடியின் பயணம்.)*

வாசித்து முடித்ததும் “டேய் நிறுத்துடா உன் ட்ராமாவை. இங்கே என்ன ட்ராமாவா போட்றே?” என்று கூச்சலிட்டபடி என்னை நோக்கி எழுந்து வந்தார் லக்ஷ்மி மணிவண்ணன்.

இக்கேள்வியின் மூலம் வன்முறையானது எனது ரத்தத்திற்குள் பாய்ச்சப்பட்டதாக உணர்ந்தேன். அதற்குப் பிறகு நடந்தது ஒரு *WWF* காட்சி. இறுதியில் கிடைத்த நற்பெயர்: லக்ஷ்மி மணிவண்ணனும் சாரு நிவேதிதாவும் அடித்துக் கொண்டார்கள்.

ஆக, விளையாட்டில் எனக்குக் கிடைத்தது தோல்வி. இலக்கிய நிகழ்ச்சிகளில் ரவுடித்தனம் செய்வதையே பழக்கமாகக் கொண்ட ஒருவர் எனது வார்த்தைகளையும் செயல்களையும் அன்று நிர்ணயித்துவிட்டார் என்பதே அந்தத் தோல்வி. (இனிமேல் இப்படிப்பட்ட இலக்கிய ரௌடிகளிடம் குஸ்தி போட்டு சக்தியை விரயம் செய்வதில்லை என்று புத்தாண்டு சபதம் பூண்டிருக்கிறேன்!)

★★★

கூட்டம் - 2

லயோலா கல்லூரியில் அண்மையில் நடந்த பின்நவீனத்துவ எழுத்து பற்றிய இரண்டு நாள் கருத்தரங்கில் நான் பேசியதன் சுருக்கம் பின் வருவது:

திடீரென்று நான் குடும்பத்திலிருந்து வெளியே வந்து விழுந்தேன். காரணம்: விவாகரத்து. அப்போது என் நண்பன் ஒருவனும் வேறு சில காரணங்களால் தனியாக இருந்தான். இருவருக்குமே மிக அவசரமாக காதல் தேவைப்பட்டது. நாங்கள் கருத்தளவில் ஓரினச் சேர்க்கையின் தீவிர ஆதரவாளர்கள் என்றாலும் நேர்வாழ்க்கையில் அதற்கு மாறானவர்கள். பெண்களால் மட்டுமே ஈர்க்கப்படுகிறவர்கள். ஆதலால் காதலிகளைத் தேடி அலைந்தோம். நாங்கள் இருவருமே "கடலை" போடுவதில் ரொம்பவும் பலஹீனமானவர்கள் என்பதால் கிடைக்கிற வழியாய்த் தெரியவில்லை.

"ஆண்குறி இருக்கிறதோ இல்லையோ, டீவி சீரியல்களைப் பற்றி பேசத் தெரிந்திருக்க வேண்டும்" என்பது அடுத்த தகுதி. அந்தத் தகுதியும் எங்களிடம் அறவே இல்லை என்பதால் பெண்கள் எங்களை சொறிநாயை விரட்டுவது போல் விரட்டி அடித்தார்கள். சிறுபத்திரிகை உலகமோ ஒரு *gay club* மாதிரி ஆண்களால் மட்டுமே ஆன உலகம். என்ன செய்வதென யோசித்து கடைசியில் அலியான்ஸ் ஃபிரான்ஸேஸில் ஃபிரெஞ்ச்

கற்கலாம் என்று முடிவு செய்தோம். அங்கேதான் ரம்பா, ஊர்வசி, மேனகா போன்ற தேவலோகத்துப் பெண்களையும் மிஞ்சக்கூடிய பேரழகிகள் படித்துக் கொண்டிருந்தார்கள்.

ஒரு வாரம் சென்றது. என் மூளைக்குள் என்ன முயற்சித்தும் ஃபிரெஞ்ச் மொழி ஏறவில்லை. நிறுத்திக்கொண்டேன். என் நண்பனுக்கு ஃபிரெஞ்ச் நன்றாக வந்தது. ஒரே மாதத்தில் பேசவும் ஆரம்பித்திருந்தான். இவ்வளவு வேகத்தில் போனால் விரைவில் ஃபிரெஞ்சிலேயே யோசிக்கவும் ஆரம்பித்துவிடுவான் எனத் தோன்றியது. அதிர்ஷ்டக்காரன். அவனுக்கு ஓர் காதலியும் கிடைத்தாள். ஆனால் இவன்தான் அவளைக் காதலித்தான். அவளைப்பற்றித் தெரியவில்லை. “காதலைச் சொல்லி விடு” என்று உசுப்பி விட்டுக்கொண்டே இருந்தேன்.

அப்போது நான் மந்தைவெளியில் இருந்தேன். பெரும்பாலும் அலுவலகம் செல்லும் மனநிலை இல்லாமல் சுற்றிக்கொண்டிருந்தேன். கையில் பைசா இல்லாமல் பெரும் பொழுதுகள் பட்டினியிலேயே கழித்த காலம். மாலை எட்டு மணி ஆனதும் எங்கே இருந்தாலும் கல்லூரி சாலையில் இருக்கும் “அலியான்ஸ்” வந்துவிடுவேன். பஸ்ஸில் வரவும் பைசா இல்லாமல் நடந்து வந்த தினங்களும் உண்டு. நண்பன் வகுப்பு முடிந்து வந்ததும் ஆர்வத்துடன் “என்ன ஆயிற்று?”என்று கேட்பேன்.

காதலைத் தெரிவித்து விட்டானா, அவள் என்ன சொன்னாள், சம்மதித்து விட்டாளா, அல்லது தமிழ் சினிமா பாணியில் கன்னத்தில் அறைந்து விட்டாளா, என்ன நடந்தது என்று அறியும் ஆவல். அவனும் தினம் தினம் விதவிதமான கதைகளைச் சொல்லுவான்.

ஒருநாள் அவன் சொன்ன ஒரு சம்பவம் மிலன் குந்தேராவின் நாவல் ஒன்றில் படித்த ஞாபகம் வந்தது. (என் நண்பனுக்கு மிலன் குந்தேரா மிகவும் பிடித்தமான எழுத்தாளர்!) அக்கதைகளைச் சொல்லிக் கொண்டே, அவன் தன் காதலியின் பெயர் கொண்ட ‘ஸ்வீட்’ கடைகளாகத் தேடித்தேடி என்னை அழைத்துப் போவான். விதவிதமான ‘ஸ்வீட்’டுகளைச் சாப்பிடுவோம்.

அவன் தன் காதலை இவ்வாறாகக் கொண்டாடினான்...

இப்படியே எத்தனை நாள் ஒரு முடிவும் தெரியாமல் காதலைக் கொண்டாடுவது? "காதலைச் சொல்லிவிடு" என்று தினமும் தூண்டியபடி இருந்தேன். அவனும் ஒரு நாள் சொன்னான். அன்வளவுதான் ஆட்டம் க்ளோஸ். எல்லா காதல் கதைகளையும் போல் அவன் காதலும் கைக்கிளையாகவே மிஞ்சியது. "நம்முடைய காதலையும் வேகத்தையும் புரிந்து கொள்ள இந்தியப் பெண்களால் ஆகாது. அமெரிக்கப் பெண்களோ ஆப்ரிக்கப் பெண்களோதான் சரிப்பட்டு வருவார்கள். பார்ப்போம். நமக்கும் ஒரு காலம் வரும்" என்று பலவாறாக நண்பனுக்கு ஆறுதல் சொன்னேன். ஆனாலும் உள் மனதில் ஒரு சந்தோஷம். ("ராஸ்கல், நான் இங்கே காயும் போது உனக்கு மட்டும் கேட்கிறதா... நன்றாக வேண்டும்.")

ஸ்வீட் கடை மதுபான விடுதிகளாய் மாறியது. தினமும் மது அருந்தியும் கவிதைகள் புனைந்தும் காதல் தோல்வியைக் கொண்டாடினோம்.

அப்படியான ஒரு பின்மாலைப் பொழுது... மது அருந்துவதற்குப் போதுமான அளவு பணம் இல்லை. நண்பனின் இல்லம். "நமது நிலை மிகவும் பரிதாபத்துக்குரியது. காதல் செய்ய ஒரு பெண்ணில்லையே?" என்றேன். "அட.... காதலிக்கக்கூட வேண்டாம், இரவில் துங்குவதற்கு முன் போனில் ஒரு 'குட்நைட்' சொல்வதற்குக் கூட ஒரு பெண்ணில்லையே?" என்று அரற்றினான் நண்பன்.

சலிப்புடன் டீவியைப் போட்டேன். "கல்யாண சமையல் சாதம், காய்கறிகளும் பிரமாதம்" பாடல். ஆஜானுபாகுவாய் ரங்கராவ் அமர்ந்திருக்க, அவர் வாயில் லட்டுகள் ஒவ்வொன்றாய் தானாகவே போய்விழுந்து கொண்டிருந்தன. அவரைக் கொஞ்சம் உற்றுப் பார்த்து, "நண்பா, இவரைப் பார்த்தால் அசப்பில் நம் சுந்தர ராமசாமி மாதிரி இல்லை?" என்றேன்.

நண்பனும் ஆச்சரியத்துடன் ஆமாம் என்றான். கம்பீரமான தோற்றம். நடையில் ஒரு மிடுக்கு. பேச்சில் ஒரு கனம்,

பாவனைகளில் ஒரு அனாயாசம், இப்படியே பல ஒற்றுமைகள் இருக்கக்கண்டோம்.

சலிப்புடன் அமர்ந்திருந்த அந்தத் தருணத்தில் இந்த விளையாட்டு எங்களை உற்சாகப்படுத்துவதாய் இருந்தது. "உனக்கு இப்போது ஒரு பரீட்சை, இதில் நீ மாட்டிக்கொள்வாய். பிரேம் ரமேஷுக்கு யார்? சொல்லேன் பார்ப்போம்" என்றான் நண்பன்.

நான் யோசிக்கவேயில்லை. பிரேதம். எலும்புக்கூடு, மயானம், ப்பூ ஊதித்தள்ளிவிடலாமே.

"விட்டலாச்சார்யா" என்றேன், சடாரென்று.

ஆட்டம் தொடர்ந்தது.

"நாகர்ச்சுனன்?"

"ரகுவரன்."

(எங்களுக்கு நாகர்ச்சுனனைப் பிடிக்காது!)

"ரவிக்குமார்." (பாண்டிச்சேரி)

"மன்சூர் அலி கான்."

"கோணங்கி?"

"பாரதிராஜா!"

(திருப்பாச்சி அரிவாளைத் தீட்டிக்கிட்டு வாடா, தேவர் மகனே!)

"தமிழவன்?"

"ராஜ்கிரண்."

"சி.சு. செல்லப்பா?"

"நாகையா."

"ஜி. நாகராஜன்?"

"எம்.ஆர். ராதா."

"டி. கண்ணன்."

“லூஸ் மோகன்.”

“கௌதம சித்தார்த்தன்?”

“வைரமுத்து.”

“அழகிய சிங்கர்?”

“விவேக்.”

ரஜனிகாந்த் என்றதும் இருவரும் கொஞ்சமும் யோசிக்காமல் ஒருமித்த குரலில் சொல்லி விட்டோம்.

“ஜெயமோகன்.”

(“நான் ஒரு தடவை சொன்னால்”, பிராபல்யம், ஆன்மீகம், எட்செட்ரா...)

இப்போது எஞ்சியிருப்பவர் கமல்ஹாஸன், கண்களில் ஆர்வம் பொங்க என்னைப் பார்த்தான் நண்பன். அவன் பெயரைச் சொல்வேன் என்ற எதிர்பார்ப்பு. ஆனால் சட்டென்று முன்பின் யோசிக்காமல் என் பெயரைச் சொல்லிவிட்டேன். அவன் முகம் சுருங்கிவிட்டது. அப்புறம் அவனைச் சமாதானப்படுத்த எவ்வளவோ முயற்சி செய்தேன்.

கமல்ஹாஸனுக்கும் எனக்கும் உள்ள பல ஒற்றுமைகளை எடுத்துச்சொன்னேன். (விவாகரத்து, தொட்டால் துலங்காது, இன்ன பிற). ம்ஹூம், அவன் சமாதானமாகவில்லை.

★★★

கூட்டம் - 3

இது ஒரு பின்நவீனத்துவ தருணம்.

ஆரண்யம் பத்திரிகையின் வெளியீட்டு விழா கோவையில் நடந்தது. அதற்குச் சென்றிருந்தபோது ஞானியைச் சந்தித்தேன். பதினைந்து ஆண்டுகளுக்கு முன்னால் அவருடன் நிகழ்ந்த விவாதங்கள், சண்டைகள் எல்லாம் ஞாபகம் வந்தன.

நிகழ்ச்சிக்கு மறுநாள் அவருடன் கிட்டத்தட்ட ஐந்து மணி நேரம் உரையாட நேர்ந்தது. நாஞ்சில் நாடனும் மற்றும் சில நண்பர்களும் உடன் இருந்தனர். உரையாடல் பதிவு செய்யப்பட்டது.

உரையாடல் முடிந்து அவரை வழியனுப்பச் சென்ற போது ஒரு நெகிழ்ச்சியான தருணத்தில் ஸீரோ டிகிரி நாவல் எப்படி இருந்தது என்று கேட்டேன்.

ஞானி ஒரு சம்பவத்தைச் சொன்னார். அவர் ஒரு சமயம் நட்சத்திர ஓட்டல் ஒன்றில் தங்க நேர்ந்ததாம். அப்போது அவருக்கென்று பிரத்தியேகமான ஒரு அறை ஒதுக்கப்பட்டிருக்கிறது. "அப்படியென்ன விசேஷம் அதில்?" என்று ஞானி அந்த ஓட்டல் மேனேஜரை வினவ, அதற்கு அவர் சொன்ன தகவல்: அந்த அறையில்தான் சென்னை நகரின் முக்கிய பிரமுகர் ஒருவர் தனது அழகான பெண் உதவியாளருடன் அவ்வப்போது வந்து தங்குவார்! உடனே

ஞானி ஒருவித ஆச்சரியத்துடன் அந்த அறைக்குள் நுழைந்து கட்டிலில் அமர்ந்திருக்கிறார்.

"அந்த அனுபவத்தை என்னவென்று சொல்வது! கிட்டத்தட்ட ஒரு அடி ஆழத்துடன் உள்ளே போகிறது அந்த மெத்தைப் படுக்கை! அதைப் போல் இருந்தது உன் எழுத்து."

இதைக் கேட்டதும் நான் உண்மையில் புல்லரித்துப் போய்விட்டேன். ரொலாந் பார்த் சொல்லும் Pleasure of the text என்பது இதுதானோ என்றெல்லாம் தோன்றியது.

மேலும் ஒன்று ஞாபகத்திற்கு வந்தது. எனது முதல் நாவல் எக்ஸிஸ்டென்ஷியலிசமும் பேன்ஸி பனியனும் பற்றி ஞானி சொன்ன உதாரணம் அது. ஒரு அண்டா நிறைய விந்து நிறைந்திருப்பது போல் இருந்ததாம்!

இதைப்பற்றி என் நண்பர் ஒருவருடன் பேசிக்கொண்டிருந்த போது அவர் சொன்ன விஷயம் சுவாரசியமாக இருந்தது. அதாவது, அந்தரங்க வாசிப்பு மற்றும் சமூக வாசிப்பு. இது இரண்டையும் ஒருவரே பேச முடியும். அந்த அழகான பெண் உதவியாளர் அமர்ந்த மெத்தை. அந்தரங்க வாசிப்பு. "ஆபாசம்" என்று குற்றம் சாட்டுவது சமூக வாசிப்பு. ஞானி தனது அந்தரங்க வாசிப்புக்களைப் பற்றி வெளிப்படையாகத் தயக்கமின்றிப் பேசவேண்டும் என்று தோன்றியது.

கூட்டம் : 4

இது நான் கலந்துகொள்ளாத கூட்டம்.

(ரஜினி - 25)

முன்பெல்லாம் மார்கழி, தை என்றால் ஊரில் இருக்கமாட்டேன். ஸ்ரீரங்கம் சென்று ராப்பத்து, பகல்பத்து கொண்டாட்டங்களையெல்லாம் கண்டு களித்து விட்டு, போதுமான அளவு கள் குடித்துவிட்டு பிறந்த நாட்களைக் கொண்டாடத் துவங்குவோம். பிறகு டில்லி கிளம்பிவிடுவேன். திரைப்பட விழாவுக்காக. ஜீஸஸ் க்றைஸ்ட் தொடங்கி நம் ரஜினிகாந்த் வரை எனக்குத் தெரிந்த பல நண்பர்கள் டிசம்பரில் பிறந்தவர்கள். அதிலும் பலர் *Sagittarius* (ரஜினி உட்பட). முன்பெல்லாம் நான் ஊரில் இருக்க மாட்டேன் என்பதால் இதை நான் அறிய முடிந்ததில்லை. இப்போது அவந்திகாவை மணந்து கொண்டதிலிருந்து இந்த மார்கழி, தை வெளியூர் பயணங்கள் நின்றுவிட்டன. கேட்டால் அன்னப்பறவை கதையைச் சொல்கிறாள். அன்னப்பறவை ஜோடி நீருக்குள் நீந்திச் சென்று கொண்டிருக்கும் போது அவற்றின் பாதைக்கு எதிரே ஏதேனும் நீர்த்தாவரக் கொடிகளின் வேர்க்கொத்து இருந்தால் அதைக் கடந்து செல்லும் பொருட்டு இரண்டும் இரண்டு பக்கம் சிறிது விலகிச் செல்ல நேரும். அந்தக் கணப்பொழுதில் ஆண்பறவையை வேர்க்கொத்து மறைக்க,

ஆண்பறவை எங்கே எங்கே எனப் பதறும் பெண் பறவை. அந்தப் பிரிவைத் தாங்கவொண்ணாமல் செத்தே போய்விடுமாம். எனக்கு அந்தப் புகழ் பெற்ற குறுந்தொகைப் பாடல் ஞாபகம் வந்தது.

> பூ இடைப்படினும் யாண்டு கழிந்தன்ன
> நீர் உறை மகன்றில் புணர்ச்சி போலப்
> பிரிவு அரிது ஆகிய தண்டாக் காமமொடு
> உடன் உயிர் போகுதில்ல - கடன் அறிந்து
> இருவேம் ஆகிய உலகத்து
> ஒருவேம் ஆகிய புன்மை நாம் உயற்கே.

பாடலைச் சொன்னேன்.

"அந்த மாதிரிதான் நானும்" என்றாள் அவந்திகா. இதையும் மீறிக் கிளம்பினால் வீரபாண்டியக் கட்டபொம்மனின் மனைவியான பத்மினியைப் போல் "போகாதே போகாதே என் கணவா" என்று ஒரு கதறல். உடனே எனக்கு மரணபயம் வந்து பயணம் ரத்தாகிவிடும்.

ஆனால் மார்கழி மாதத்தில் ஊர் தங்குவது எவ்வளவு பெரிய பிரச்சினை என்பது தங்கிப் பார்த்தால்தான் தெரிகிறது. எந்தப் பக்கம் திரும்பினாலும், எந்தப் பத்திரிகையைப் புரட்டினாலும், எந்தச் சேனலைத் திறந்தாலும் ரஜினிதான்; நாம் விரும்பினாலும் விரும்பாவிட்டாலும் நமக்குள் செய்திகள் வண்டி வண்டியாக சேகரமாகிக் கொண்டே போகின்றன.

தற்சமயம் ரஜினி பற்றி ஆயிரம் பக்கங்களில் (இப்போதெல்லாம் இதுதான் ஃபாஷன்) பெரியதொரு வாழ்க்கை வரலாறே எழுதிவிடுவேன் போலிருக்கிறது. அந்த அளவுக்கு என் மூளைக்குள் அவரைப் பற்றிய செய்திகள் சென்று அடைந்திருக்கின்றன.

அவர் பிறந்த தினம், அவர் அம்மா பெயர், அப்பா பெயர், சகோதர சகோதரிகள் எத்தனை, அவர் சிறு பிராயத்தில் விளையாடிய கேம்ஸ், அப்போது அவர் செய்த சேஷ்டைகள்

மற்றும் லூட்டிகள், அவரை வளர்த்த மூத்த சகோதரர் (இன்னமும் அவர் பெங்களூரில் 6000 ருபாய் சம்பளத்தில் எளிமையான வாழ்க்கையை வாழ்ந்து கொண்டிருக்கிறார்), ராமகிருஷ்ண மடம் ரஜினியின் வாழ்வில் உண்டாக்கிய தாக்கம், சென்னை திரைப்படக் கல்லூரி வாழ்க்கை, பாலச்சந்தர் ரஜினியைக் கண்டு பிடித்த வரலாற்றுத் தருணம், அபூர்வ ராகங்கள் படத்தில் ரஜினி அந்த கேட்டைத் திறந்து கொண்டு நுழையும் என்ட்ரியின் குறியீட்டுத் தன்மை, ரஜினிக்குப் பிடித்த சிகரெட், மது, அவருக்குப் பிடித்த பத்து, பிடிக்காத பத்து, அவரது பழக்கவழக்கங்கள் என்று கோடானுகோடி தகவல்கள் என் மூளைக்குள் சென்று கரையான்களைப் போல் அரித்துக் கொண்டிருக்கின்றன. இவை தவிர,

லைட் பாயிடம் பேசும்போது கூட "நீங்க வாங்க" என்று பன்மையில் பேசுவார், பாலச்சந்தரிடம் ஃபோனில் பேசும் போது ரஜினி எங்கிருந்து பேசினாலும் எழுந்து நின்றே பேசுவார். (இந்தப் பணிவே அவரது இப்போதைய நிலைக்குக் காரணம்) என்பது போன்ற தகவல்கள் உண்மையில் ஒருவரை நெகிழ வைப்பவை!

இதில் இன்னொரு வினோதம் என்னவென்றால், ரஜினிக்குப் பிடித்த பத்து அனைத்தும் எனக்கும் பிடித்த பத்தாக இருப்பதும், பிடிக்காத பத்து எனக்கும் பிடிக்காத பத்தாக இருப்பதும்தான். (உ-ம்) அவருக்கு தனிமையில் தியானம் செய்வது பிடிக்கும். எனக்கும் பிடிக்கும். அவருக்கு சோம்பேறிகளைக் கண்டால் பிடிக்காது. (எனக்கும் பிடிக்காது). நண்பர் சொன்னார்... "நாம் வரலாற்றுப் புத்தகங்களில் படித்திருக்கிறோம், கடவுள்கள் உருவாக்கப்படுவதை. இப்போது நேரடியாக கண்முன்னால் பார்க்கிறோம்."

ரஜினி-25 விழா, ரஜினியின் மெழுகு பொம்மைகளுடன் புகைப்படம் எடுத்துக்கொள்ள முண்டும் கூட்டம், விழாவுக்கு ரூபாய் நூறிலிருந்து இரண்டாயிரம் வரை வசூலிக்கப்படுவது நியாயமா அநியாயமா என்ற வாதப் பிரதிவாதங்கள், இந்தியின் முன்னணி நடிகைகள் விழாவில் கலந்து கொள்வார்களா

மாட்டார்களா என்ற ஹேஷ்யங்கள், ரஜினியின் உருவம் பொறித்த டாலர்கள் கழுத்தில், கையில், அர்ணாக் கயிறில் என்று கட்டிக்கொள்ள காசு கொடுத்து வாங்கும் கூட்டம் என்று அந்த விழா தமிழகத்தையே ஒரு கலக்கு கலக்கியது. தொலைக்காட்சியிலும் ஒளிபரப்பாகியது. இந்திய விமானம் கடத்தப்பட்டு அதில் 160 பேர் ஐந்து நாட்களாக உட்கார்ந்த இடத்திலேயே அப்படி இப்படி நகரமுடியாமல் மரணபயத்தின் கோர வதையை அணுஅணுவாய் அனுபவித்துக் கொண்டிருக்கும் போது ரஜினி-25 விழாவில் தமிழக முதல்வர் ஜப்பானில் ரஜியினியின் முத்து படத்தை எத்தனை தியேட்டர்களில் வெளியிட்டார்கள், எவ்வளவு பேர் பார்த்தார்கள், எவ்வளவு வசூல் ஆகியது என்பது போன்ற புள்ளிவிபரத் தகவல்களை அள்ளி வழங்கிக் கொண்டிருந்தார். போதாதென்று சில்வஸ்டர் ஸ்டாலனோடு ரஜினியை ஒப்பிட்டு மகிழ்ந்தார்.

இவை எல்லாமே ஒரு சுவாரசியமான பின்நவீனத்துவ நாவலுக்குரிய அயிட்டங்களாக எனக்குத் தோன்றுகின்றன. (நாவலின் முடிவு ரஜினி ஜப்பானின் பிரதமராக பதவியேற்கும் விழாவுடன் நிறைவுறலாம்!)

★★★

இக்கட்டுரை பாரிஸிலிருந்து வந்து கொண்டிருந்த ‘எக்ஸில்’ என்ற பத்திரிகையில் மார்ச் - நவம்பர் 2000இல் வெளிவந்தது.

ஷக்கலக்க பேபியும் சமகாலத் தமிழ் இலக்கியமும்

இருபது நூற்றாண்டுத் தமிழ் வாழ்க்கையில் ஓர் அகமாற்றம் நிகழ்ந்திருக்கிறது என்பதை தமிழ்ச் சமூகத்தைக் கூர்ந்து கவனிக்கும் யாரும் உணரமுடியும். இந்த மாற்றத்தை சமகாலத் தமிழ் இலக்கியம் எதிர்கொள்ளத் தவறிவிட்டது. யதார்த்தவாத இலக்கியமோ புறவய மாற்றங்களை மட்டுமே பதிவு செய்கிறது.

இந்த அகமாற்றம் அடிப்படையில் பாலியலோடு தொடர்புடையது. சங்ககாலக் கவிதைகள் தொடங்கி பழந்தமிழ் இலக்கியம் முழுவதிலும் அகம் என்பது உடலை மையப்படுத்தியே இயக்கம் கொள்வதாக இருக்கிறது. இந்த நீண்ட தொடர்ச்சியும் பாரம்பரியமும் இருபதாம் நூற்றாண்டில் காணாமல் போனது. காரணம் - தணிக்கை. படைப்பாளிகள் தம்மளவில் தம் எழுத்தையே தணிக்கை செய்துகொண்டார்கள். உடலை - பாலியலை - பாலியல் சொல்லாடலை அடக்கி ஒடுக்கி, தணிக்கைக்குட்படுத்தி ரத்து செய்தார்கள். மிச்சமாக எஞ்சிய பஞ்சுமிட்டாய் எழுத்தை இலக்கியம் என்ற பெயரில் கொடுத்தார்கள். (உ-ம்: சுந்தர ராமசாமி, இமையம்). இந்த எழுத்துக்களைப் படிக்கும் போது ஏதோ தமிழர்கள் எல்லாம் ஜனன உறுப்பே இல்லாமல் படைக்கப்பட்டவர்களைப் போல் தோன்றுகிறது! உலக அளவில் எந்தப் பிரதேசத்திலுமே

இப்படிப்பட்ட "ஜனன உறுப்பற்ற" இலக்கியத்தைப் படித்ததாக எனது இருபத்தைந்து வருட வாசிப்பு அனுபவத்தில் கண்டதில்லை. இதையெல்லாம் மீறி சமகாலத் தமிழ் இலக்கியத்தில் சிரமத்துடன் தேடினால் கலாப்பிரியாவைப்போல் ஒன்று இரண்டு பேர் தென்படுகிறார்கள். பாலியலை கணக்கில் எடுத்துக்கொண்டவர்களாக - அதுவும் *Clandestine* ஆகத்தான் - வெளிப்படையாக இல்லை.

இதன் காரணமாகவே சமகாலத்தமிழ் இலக்கியம் தமிழ் வாழ்வுக்குச் சிறிதும் சம்மந்தமில்லாமல் அந்நியமாகி நிற்கிறது. தமிழ்ச் சமூகம் இதுபற்றிப் பெரிதாக அலட்டிக்கொள்வதில்லை. சமூகமும் இலக்கியமும் இப்படியாகத்தான் ஒன்றையொன்று பாராமல் முகம் திருப்பிக் கொண்டன. இப்படியாக ஒரு பக்கம் தமிழ் எழுத்தாளர்கள் "பஞ்சுமிட்டாய்" இலக்கியத்தை உற்பத்தி செய்துகொண்டிருக்க, இன்னொரு பக்கம் ஒரு சிலர் வரலாற்றில் இருந்து விஷ்ணுவையும் விநாயகரையும் மீட்டுருவாக்கம் செய்துகொண்டிருக்கிறார்கள். வேறு சிலர் குகைகளில் புகுந்துகொண்டு பிரேத ஆராய்ச்சி செய்துகொண்டிருக்கிறார்கள். ஒரு பக்கம் இந்துத்துவ ஃபாசிஸம் இன்னொரு பக்கம் பிரேதங்களின் தனிநபர் ஃபாசிஸம். இந்தத் தனிநபர் ஃபாசிஸம் அவ்வப்போது எது அதிகாரத்திலிருக்கிறதோ அந்த ஃபாசிஸத்தோடு தன்னை இணைத்துக்கொள்ளும் தன்மையுடையது. ஆக, இது எல்லாமே தமிழ் வாழ்வுடன் எவ்விதத்திலும் தொடர்பற்றதாக இருப்பதாலேயே மிகவும் அலுப்பூட்டக்கூடியதாகவும் சுவாரசியமற்றும் இருக்கின்றன. இதனாலேயே தமிழ்ச் சமூகமும் இந்த எழுத்துக்களை புறக்கணித்து விடுகின்றது. ஆனால் நாங்கள் ஓரிருவர் தமிழ்ச் சமூகத்தில் நிகழ்ந்துள்ள அகமாற்றத்தை எதிர்கொண்டு வருகிறோம். இதற்காகவே நாங்கள் ஃபூக்கோ போன்ற ஐரோப்பியத் தத்துவவாதிகளையும் லத்தின் அமெரிக்க இலக்கியவாதிகளையும் தேடி அலைந்தோம். இதை நாங்கள் மோஸ்தருக்காகச் செய்யவில்லை. தமிழ் வாழ்விலும், தமிழ்ச் சமூகத்திலும் நிகழ்ந்துள்ள அகமாற்றத்தைப் புரிந்துகொள்ளவும் எதிர்கொள்ளவும் இவர்கள் எமக்குத் தேவைப்பட்டார்கள்.

இதனாலேயே பின்நவீனத்துவம் போன்ற புதிய சிந்தனைப்பள்ளிகளைத் தேடிச் சென்றுகொண்டிருக்கிறோம்.

சமகாலத் தமிழ் இலக்கியத்தைப் போல் தமிழ் வாழ்வோடு சிறிதும் சம்பந்தமற்றதாக இருக்கும் இன்னொரு துறை தமிழ் சினிமா. தமிழ் சினிமா ஷக்கலக்க பேபிகளால் நிறைந்தது. இது சமகாலத் தமிழ் இலக்கியத்தைப் போல் சலிப்பைத் தராமல் ஒருவித குதூகலத்தையும், சந்தோஷத்தையும், திளைப்பையும் உண்டுபண்ணுகிறது. அதனால்தான் தமிழ் சினிமா சுவாரசியமாகவும் ஜாலியாகவும் இருக்கிறது. சுவாரசியமே இல்லாத, யாருக்கும் புரியாத எழுத்தை எழுதுகிற ஒரு எழுத்தாளர்கூட தமிழ் சினிமாவை குதூகலத்துடன் சென்று பார்ப்பது இந்தக் காரணத்தினால்தான். ஆனாலும் தமிழ் சினிமாவில் தமிழ் வாழ்க்கை இல்லை.

ஆக, இப்படிப்பட்ட சூழலில் ஆரண்யம் என்ற பெயரில் மேலும் ஒரு சிறுபத்திரிகை வரத் தொடங்கியிருக்கிறது. வாழ்த்துக்கள்.

கொசுறு:

சமீபத்தில் ஒரு ஜனரஞ்சகப் பத்திரிகையில் பாலகுமாரன் எழுதப் போகும் பக்தித் தொடருக்கு அவர் எழுதியிருக்கும் விளம்பர வாசகங்கள் இவை:

திருவேங்கடம்:

உலகம் தோன்றிய நாள் முதல் உண்டான பிரகாசம் நீ, மூலப்பொருள் நீ, முதல் அசைவு நீ , உன்னை விளக்கி எழுத எவரால் இயலும், உன் இடத்தில் நடந்த மகத்துவங்களை எவ்விதம் வார்த்தையாக்க இயலும். நீ பரத கண்டத்தின் சுவாசம். ஆன்ம தீபம். அணையா ஜோதி. வடக்கும் தெற்கும் கிழக்கும் மேற்கும் வணங்குகிற தெய்வம். நீ எழுது உன்னைப் பற்றி, என் மூலமாய். இனிதே பேசு. புரிய வை. ஒளி விளக்கேற்று, எல்லோர் உள்ளத்திலும். மனம் நடுங்க அழைக்கிறேன். கேசவா, நாராயணா, மாதவா, கோவிந்தா, விஷ்ணு, மதுசூதனா, த்ரிவிட்ரமா, வாமனா, ரீதரா, வஜ்ருவதிகேசா, பத்மநாபா, தாமோதரா. வா.

இதைப்படித்த போது எனக்கு ஒரு *Porn text*ஐப் படிப்பது போல் இருந்தது. காரணம் தெரியவில்லை. அதே சமயத்தில் ஜெர்மன் க்ரேர் எழுதிய ஒரு கட்டுரையைப் படித்தபோது ஒரு பக்தி எழுத்தைப் படிப்பது போல் இருந்தது. அக்கட்டுரையின் தலைப்பு: *The politics of female sexuality*. அதிலிருந்து ஒரு பகுதி:

The walled garden of Eden was CUNT. The mandorla of the beautiful saints was CUNT. The mystical rose is CUNT. The ARK of Gold, the gate of Heaven, CUNT is a channel drawing all towards it. CUNT is knowledge. Knowledge is receptivity, which is activity. CUNT is the symbol of erotic science... It is time to dig CUNT and women must dig it first. To dig it is to know it. To know it is to feel it, the clitor is so complicated and so clever, as thrilly as a high-tension wire. In its nest within a nest like the word within a word. The bud in its calyx in the vales where the big lips clear away from the slopes of the mount of venus. This is carnal knowledge.

ஆரண்யம் பத்திரிகையின் வெளியீட்டு விழாவில் வாசித்த கட்டுரை.

கூழைக் கும்பிடு

கவிஞர் கபிலனின் கவிதை வெளியீட்டு விழாவும் குறிப்பிடத்தகுந்த தமாஷ் நிகழ்வுதான். புத்தகத்தை வெளியிட்டவர் ஒரு ஐ.ஏ.எஸ். அதிகாரி. பாஸ்போர்ட் அலுவலகத்தின் தலைவர். பாஸ்போர்ட் அலுவலகத்துக்கும் கவிதைக்கும் என்ன சம்பந்தமெனில் கபிலன் அங்கே ஒரு ஊழியர். புத்தகத்தைப் பெற்றுக் கொண்டவர் கமல்ஹாசன். கமலின் அடுத்த படத்தில் (ஹே பெரியார்!) கபிலனின் பாடல் இடம்பெறும் என ஆசீர்வதிப்போமாக!

நினைத்துக் கொண்டேன்... அலுவலகத்தில்தான் குமாஸ்தா வேலையைச் செய்து கொண்டிருக்கிறோம். இந்த நிலையில் இலக்கியம் ஒன்றுதான் உயிர் வாழ்வை நியாயப்படுத்தும் ஒரே ஆறுதல். அங்கேயும் போய் நாம் யாருக்கு குண்டிகழுவி விடுகிறோமா அவர்களையே அழைத்து வந்து அவர்கள் முன்னால் கைகட்டி நின்று கூழைக்கும்பிடு போட்டு கவிதை வளர்க்க வேண்டுமா என்ன! ஒரு வேளை கபிலனின் அலுவலகச் சூழல் வேறு மாதிரி இருக்குமோ என்னவோ!

சென்ற எக்ஸில் இதழில் சினிமா - சிறுபத்திரிகை விளையாட்டு பற்றி எழுதியிருந்தேன். சிறுபத்திரிகை எழுத்தாளர்களுக்கு சினிமா நடிகை நடிகரின் பெயர்சூட்டும் இந்த விளையாட்டில்

பலரும் விடுபட்டுப் போய் விட்டார்களென நண்பர்கள் அபிப்பிராயப் பட்டார்கள். அதனால் மதுபானக் கேளிக்கை இரவு ஒன்றில் அந்த ஆட்டத்தைத் துவக்கினோம். ஆட்டமுடிவில் கிடைத்த பட்டியல்

இதோ:

கல்கி - எம்ஜியார்

நாஞ்சில் நாடன் - சரத்பாபு

வண்ணதாசன் - சிவக்குமார்

விடியல் சிவா - சாண்டோ எம்.எம்.ஏ. சின்னப்பாத் தேவர்

அம்பை - ஜோதி லட்சுமி

ஜெயகாந்தன் - ஆர்.எஸ். வீரப்பா

நா. பார்த்தசாரதி - எம்.கே. தியாகராஜ பாகவதர்

திலகவதி - விஜயசாந்தி

விக்ரமாதித்யன் - சுருளிராஜன்

காலச்சுவடு கண்ணன் - இளைய திலகம் பிரபு

பொன்னீலன் - சரத்குமார்

அழகியநாயகி அம்மாள் - சௌகார் ஜானகி

சங்கர ராம சுப்பிரமணியன் - ஹாஜா செரீப்

சிவத்தம்பி - சிவாஜி (தானாடவில்லையம்மா... தன் சதையாடுது... மார்க்சியத்தைப் பற்றி யாரும் ஏதும் சொன்னால் துடிதுடித்துப் போவார்.)

பொ. வேல்சாமி - V. K. ராமசாமி

வல்லிக்கண்ணன் - வாத்தியார் ராமன்

பிரபஞ்சன் - ஜெமினி

வ. கீதா - பிந்துகோஷ்

எஸ்.வி. ராஜதுரை - எம்.என். நம்பியார்

வெங்கட் சாமிநாதன் - பொன்னம்பலம்

ஞானி - பித்துக்குளி முருகதாஸ்

(ஆன்மீகம், இந்துத்துவம், முருக பக்தி, இத்யாதி)

எம்.எஸ்.எஸ்.பாண்டியன் - மேஜர் சுந்தர்ராஜன்

யமுனா ராஜேந்திரன் - ராம நாராயணன்

அ. மார்க்ஸ் - மம்முட்டி (தோற்றத்தில் ஒரு தோரணை, ஆனால் பீடியும் குடிப்பார், தோழனின் தோழன், எதிரிக்கு எதிரி...)

பெருந்தேவி - நந்திதா தாஸ்

ஷோபா சக்தி - பார்த்திபன்

இந்திரா பார்த்தசாரதி - பூர்ணம் விசுவநாதன்

எல்லாம் சொல்லியாயிற்று. ஆனால் ராஜன்குறைக்கு ஆள் இல்லை. ஒருவர் டி. ராஜேந்தர் என்றார். உருவ ஒற்றுமை மட்டும் போதாது என்று சொல்லி அந்தப் பெயரை மறுத்து விட்டது சபை. 'தமிழ்நாட்டின் ஐந்து முதல் மந்திரிகளைக் கொடுத்த சினிமா உலகத்திற்கு ஒரு ராஜன் குறையைக் கொடுக்க முடியாமல் போய்விட்டதே!' என்று வாய்விட்டுப் புலம்பினேன். புலம்பலுக்குப் பலன் கிடைத்தது. ஒரு நண்பர் 'விசு' என்றார். ஆஹா... கண்டுபிடித்தாயிற்று. அரட்டை அரங்கம் விசு...

ராஜன்குறை - விசு

எக்ஸில் (ஏப்ரல் - அக்டோபர், 2000)

ராஜா ஆடியோ செண்டர்!

சென்ற ஆண்டு வந்ததை இப்போதுதான் என் கவனத்துக்குக் கொண்டு வந்தார்கள். இருந்தாலும் படிக்க சுவாரசியமாக இருந்தது.

வாசகர் கேள்வி: ***சாரு நிவேதிதா, தனது கனவுகளின் நடனம் புத்தகத்தில் தங்களை பயங்கரமாக விமர்சனம் செய்து உள்ளாரே... படித்தீர்களா?***

இளையராஜா:

“நான் எப்போதாவது காரில் வெளியூருக்குப் போகும்போது வழியில் மெயின் ரோடுகளில் உள்ள கடைகளில் பெயர்ப் பலகைகளைப் பார்ப்பேன். அதில் என் உருவத்தைத் வரைந்து ‘ராஜா ஆடியோ செண்டர்’ என்றோ ‘இசைஞானி எலக்ட்ரிகல்ஸ்’ என்றோ அல்லது ‘இளையராஜா பேக்கரி’ என்று கூட எழுதியிருப்பார்கள். இது தங்கள் கடைகளை எளிதில் பிரபலப்படுத்திக் கொள்ளும் ஒரு யோசனையாக இருந்தாலும் கூட, அவர்கள் என் பாடல்களைக் கேட்டு என் மேல் உள்ள உண்மையான பாசத்தின் பால் அப்படி வைத்துக் கொள்கிறார்கள். “நானும் ராஜாவும்” என்றுகூட SPB கச்சேரி பண்ணினான். எத்தனையோ இசைக்குழுக்கள் “ராஜா ராஜாதான்” என்றும் இன்னும் பற்பலவாறு தலைப்பு கொடுத்து என்னுடைய படத்தையும் போட்டு இசை

நிகழ்ச்சி நடத்துவதைப் போல அவர்கள் பிழைக்கிறார்கள். அதிலொன்றும் தவறில்லை. ஆனால் அதேபோல வேறு சிலரும் தங்களையும் தங்கள் எழுத்துக்களையும் எளிதில் பிரபலப்படுத்திக்கொள்ள என் பெயரைப் பயன்படுத்திக் கொள்கிறார்கள். அந்த நப்பாசையால்தான் நீங்கள் குறிப்பிடும் அந்த நபரும் என்னைத் திட்டி எழுதியிருக்கிறார். என் பெயரை வைத்து அவர் பிரபலமாக நினைக்கிறார். ஆகிவிட்டுப் போகட்டுமே. நமக்கென்ன வந்தது.

என்னைப் பற்றி எழுதவில்லையென்றால் அதை யாரும் படிக்க மாட்டார்கள். அதனால் அவரை யார் என்று வெளியில் தெரியாது. பெயரை வேண்டுமென்றே திணிக்க எத்தனையோ வழி; அதில் இதுவும் ஒன்று!

'இளையராஜாவைக் கேளுங்கள்', குமுதம், 16.01.2012

★★★

ஜனவரி 8, 2013

அய்யாசாமியும் ஸல்மான் ருஷ்டியும்

இளையராஜா என்னைப் பற்றி குமுதத்தில் திட்டியிருப்பது தொடர்பாக எனக்குப் பல கடிதங்கள் வந்தன. அவரைப் பற்றி எதுவும் எழுதக் கூடாது என்று முடிவு செய்து கடந்த சில ஆண்டுகளாகவே அதைக் கடைப்பிடித்தும் வருகிறேன். அதனால் எனக்கு வந்துள்ள கடிதங்களுக்கு நான் பதில் எழுதவில்லை. என்னுடைய விலை மதிக்க முடியாத நேரம் இது போன்ற வெட்டிப் பேச்சுக்களில் கழிவதை நான் விரும்பவில்லை. அதேபோல் ஒரு சாமியாரைப் பற்றியும் நான் வாயே திறக்காமல் இருப்பதை நீங்கள் கவனித்து இருக்கலாம். பெயரைச் சொன்னாலே பெங்களூர் கோர்ட்டில் கேஸ் போட்டு என்னை பெங்களூருக்கு இழுத்தடிக்கிறார் சாமியார். என்னுடைய விலை மதிக்க முடியாத நேரம் பெங்களூருக்கு அலைந்து விரயமாவதிலும் எனக்கு இஷ்டமில்லை. செய்வதற்கு எக்கச்சக்கமான வேலை இருக்கிறது.

ஸல்மான் ருஷ்டி நம்மூர் வண்ணாரப்பேட்டையில் உள்ள தாலியறுத்தான் சந்து முனையில் உள்ள டீக்கடைக்கு வந்து டீ குடித்து விட்டு காசு கொடுத்தால் டீக்கடைக்காரர் திரு. அய்யாசாமி, "சில்ற இல்ல பாயி... சில்றயாக் குடு" என்றுதானே சொல்வார்? "அய்யாசாமிக்கு என்னை அடையாளம் தெரியாமல் போயிற்றே?" என்று ஸல்மான் ருஷ்டி புலம்ப முடியுமா சொல்லுங்கள்?

ஜனவரி 9, 2013

கறுப்புக் காமெடி நாடகம்

புத்தக விழா எங்கே நடக்கிறது என்று கேட்டு எனக்கு தயவுசெய்து மெயில் அனுப்பாதீர்கள். சென்னை புத்தக விழா என்பதை ஒரு *black humour* என்றே கருதுகிறேன். லட்சக்கணக்கான மக்கள் வந்து போகும் இடத்தில் கற்பனையே செய்ய முடியாத அளவுக்குக் கொடூரமான கக்கூஸை வைத்திருக்கும் வரை சென்னை புத்தக விழா மீது எனக்கு மரியாதை வராது. அந்த அவலத்தை வார்த்தைகளால் விளக்க முடியாது.

கழிப்பறை வசதி ஏற்படுத்திக் கொடுத்தாலும் புத்தக விழாவை கறுப்புக் காமெடி என்றே அழைப்பேன். ஏனென்றால், அங்கே கோடிக்கணக்கான ரூபாய்க்கு புத்தகங்கள் விற்பனை ஆகின்றன என்று சொல்லப்பட்டாலும் அந்தப் புத்தகங்களுக்கும் இலக்கியத்துக்கும் எந்த சம்பந்தமும் இல்லை. பன்னிரண்டு தினங்கள் நடக்கும் புத்தக விழாவில், லட்சக்கணக்கான மக்கள் வந்து போகும் புத்தகச் சந்தையில் எஸ். ராமகிருஷ்ணன், ஜெயமோகன், சாரு நிவேதிதா போன்ற எழுத்தாளர்களின் புத்தக விற்பனை ஒரு ஆயிரத்தைக் கூடத் தாண்டுவதில்லை. எட்டு கோடி பேர் வசிக்கும் தமிழ்நாட்டில் எக்ஸைல் மூவாயிரம் பிரதிகள் விற்கிறது. ஒரு லட்சம் பிரதிகள் விற்க வேண்டாமா? புத்தகச் சந்தையிலேயே ஐயாயிரம் பிரதிகள் விற்க வேண்டுமே? என்னுடைய புத்தகங்கள் மட்டும் அல்ல. மற்ற எழுத்தாளர்களின் புத்தகங்களையும் சேர்த்தே சொல்கிறேன். இங்கே புத்தகம்

வாங்குபவர்கள் என்ன புத்தகங்களை வாங்குகிறார்கள்?

ஆங்கிலம் - தமிழ் டிக்ஷனரி.

சமையல் புத்தகங்கள்.

ஆன்மீகப் புத்தகங்கள்.

Pulp நாவல்கள்.

'பணம் சம்பாதிப்பது எப்படி?' என்பது போன்ற "எப்படி" புத்தகங்கள்.

தேர்வுகளில் குழந்தைகள் அதிக மதிப்பெண் எடுப்பதற்கான வழிவகைகளை ஏற்படுத்தித் தரும் புத்தகங்கள்.

கணினி சம்பந்தமான புத்தகங்கள்.

தொண்ணூற்றைந்து அரங்குகள் இப்படி இருந்தால் ஐந்தே ஐந்து அரங்குகள்தான் இலக்கியத்துக்காக இருக்கின்றன. புத்தக வியாபாரம் என்பதே *PULP* நாவல் விற்பனையாளர்களின் கைகளில் இருந்தால் அந்தப் புத்தக விழாவை ஒரு இலக்கியவாதியாகிய நான் எப்படி மதிக்க முடியும்?

சென்னை புத்தக விழாவில் நான் பார்க்கும் இன்னொரு அவலம், விழா நடக்கும் இடத்துக்கு வெளியே அரசியல்வாதிகளையும், *pulp* புத்தகம் எழுதுபவர்களையும், இலக்கியத்துக்குச் சிறிதும் சம்பந்தமே இல்லாத மேடைப்பேச்சாளர்களையும் வைத்து நடக்கும் சொற்பொழிவு. பல சமயங்களில் விழாவுக்கு உள்ளே இருக்கும் கூட்டத்தை விட இந்த மேடைப்பேச்சைக் கேட்கும் கும்பல்தான் அதிகமாக இருக்கிறது. இது போன்ற மேடைப் பேச்சுக்களால்தானே தமிழ்நாடு ஐம்பது ஆண்டுகளாக உருப்படாமல் கிடக்கிறது? இதே மேடைப்பேச்சு புத்தகச் சந்தையில் எதற்கு? இங்கே என்ன மாநாடா நடக்கிறது? இதையெல்லாம் கேட்பார் யாரும் இல்லை. நான் மட்டும்தான் தனியாளாகக் கத்திக்கொண்டிருக்கிறேன். புத்தக விழா என்பது எப்போது வணிகரீதியான ஜனரஞ்சகப் புத்தக வியாபாரிகளிடமிருந்து இலக்கிய நூல்களைப் பிரசுரிக்கும் பதிப்பாளர்களின் பொறுப்பில் வருகிறதோ அன்றைய தினம்தான்

புத்தக விழா என்ற வார்த்தைக்கே அர்த்தம் கிடைக்கும். மற்றபடி இங்கே நடப்பது தீவுத்திடல் பொருட்காட்சிதான். குடை ராட்டினம் மட்டுமே மிஸ்ஸிங்...

ஜனவரி 11, 2013

நிலவில் நடந்த தருணம்

நான் எழுதும் புத்தகங்களை அவசியம் ஏற்பட்டால் ஒழிய நான் திரும்பப் படிப்பதில்லை. சமீபத்தில் ஷாப் ஹாஸ்னி பற்றிய குறிப்புகளை எடுப்பதற்காக கலகம் காதல் இசை என்ற புத்தகத்தைப் புரட்டினேன். எட்டு ஆண்டுகளுக்கு முன்பு மாத்ருபூமி என்ற மலையாளப் பத்திரிகையில் தொடராக எழுதியவை அக்கட்டுரைகள். சர்வதேச அளவில் இசை என்ற வடிவம் எப்படி எப்படியெல்லாம் வேறுபட்டு உள்ளது என்பதையும் சர்வதேச இசையின் பல்வேறு பரிமாணங்களையும் விரிவாக ஆய்வு செய்யும் பல கட்டுரைகள் அந்நூலில் உள்ளன. லத்தீன் அமெரிக்க இசையின் வரலாற்றை எழுதியவர் *Alejo Carpentier*. கூபாவைச் சேர்ந்த நாவலாசிரியர். கார்ஸியா மார்க்கேஸுக்கும் முன்னதாகவே மேஜிகல் ரியலிஸ நாவல்களை எழுதியவர். இவரைப் பற்றி இருபத்தைந்து ஆண்டுகளுக்கு முன்பாக இண்டியன் எக்ஸ்பிரஸ் நாளிதழில் ஒரு கட்டுரை எழுதினேன். இவருடைய நாவல்களை நான் படித்ததே தனிக்கதை. முப்பது ஆண்டுகளுக்கு முந்தைய கதை அது.

புதுவை ஞானம் என்ற தோழர் அப்போது என்னிடம் கூபாவில் இருந்து வெளிவந்து கொண்டிருந்த *Granma* என்ற வார இதழின் ஐம்பது அறுபது இதழ்களைக் கொடுத்துப் படிக்கச் சொன்னார். லத்தீன் அமெரிக்க இலக்கியம், இசை என்று எக்கச்சக்கமான விஷயங்களைத் தாங்கியிருந்தது அந்த இதழ்.

சர்வதேச அளவில் பிரபலம் ஆகாத பல லத்தீன் அமெரிக்க எழுத்தாளர்களை அந்த இதழ் அறிமுகப்படுத்தியது. அறிமுகம் என்றால், அவர்களின் எழுத்தை ஆங்கிலத்தில் மொழிபெயர்த்து - முதல் முதலாக - அறிமுகம் செய்தார்கள். இது ஃபிடல் காஸ்ட்ரோவின் நேரடி மேற்பார்வையில் வெளிவந்த இதழ். அரசியல் குறுக்கீடு எதுவும் இல்லை. பிறகு நான் ஃபிடலுக்கு க்ரான்மாவை எனக்கு அனுப்பச் சொல்லிக் கடிதம் எழுதிப் போட்டேன். நான் சற்றும் எதிர்பாராத விதமாக இதழ்கள் எனக்கு வர ஆரம்பித்தன. இந்தப் பத்திரிகை மூலம்தான் அலெஹோ கார்ப்பெந்த்தியர் *(Alejo Carpentier)* எனக்கு அறிமுகம். இன்று உலகம் முழுவதும் பிரபலமாகியிருக்கும் கார்ஸியா மார்க்கேஸின் முன்னோடி இவர். லத்தீன் அமெரிக்க இசையில் வல்லுநர். அது பற்றி பெரிய ஆய்வு நூல் ஒன்றை *(Music in Cuba)* எழுதியிருக்கிறார். இந்த ஆய்வு நூலை வாங்கிப் படித்து, அதில் அவர் மேற்கோள் காட்டும் இசைக் கலைஞர்களைக் கேட்ட பிறகுதான் நான் கலகம் காதல் இசை என்ற நூலை எழுதினேன். அந்த வகையில் கலகம் காதல் இசை என்ற நூலின் ஆதார நூல் என்று கூட அலெஹோ கார்ப்பெந்த்தியரின் *Music in Cuba*வைச் சொல்லலாம். ஆனால் நான் என்னுடைய புத்தகத்தில் லத்தீன் அமெரிக்க இசை பற்றி மட்டுமே எழுதவில்லை. அரபி இசை பற்றியும் கிரேக்க இசை பற்றியும் எழுதியிருக்கிறேன்.

ஸீரோ டிகிரியை நான் முப்பது ஆண்டுகளுக்கு முன்பு எழுதினேன். அதிலேயே நான் *Iannis Xenakis* என்ற கிரேக்க இசைக் கலைஞரைப் பற்றிக் குறிப்பிட்டிருக்கிறேன். அவர் வெறும் இசைக் கலைஞர் மட்டும் அல்ல. மாபெரும் இசை அறிஞரும் ஆவார். கணிதத்தையும் இசையையும் இணைத்தவர் அவர். அவருடைய இசையைக் கேட்பதற்கே உங்களுக்கு ஒரு பெரிய மனத் தயாரிப்பு வேண்டும். உலகத்தில் *Iannis Xenakis* போன்ற கலைஞரை நீங்கள் வேறு எங்கேயும் பார்க்க முடியாது. அவரைப் போல் அவர் ஒருவரேதான் இருக்கிறார். நிலவில் நீங்கள் தனியாக நடக்க நேர்ந்தால், விண்வெளியில் தனியாக நீங்கள் மிதக்க நேர்ந்தால் உங்களுக்கு என்ன அனுபவம்

ஏற்படுமோ அதே அனுபவத்தை *Iannis Xenakis*இன் இசையில் நீங்கள் அடையலாம். உதாரணமாக, அவருடைய மிகப் புகழ்பெற்ற *METASTASIS* என்ற இசைப்படைப்பைக் கேட்டுப் பாருங்கள். லிங்க்:

http://www.youtube.com/watch?v=n2O8bMlEijg

கலகம் காதல் இசையில் *Iannis Xenakis* பற்றி விரிவாக எழுதியிருக்கிறேன். ஸெனாகிஸைக் கேட்டால் உங்களுக்கு ஒருவேளை மனப்பிறழ்வு கூட ஏற்படலாம். முடிந்தால் கேளுங்கள்.

இதையெல்லாம் நான் வெறுமனே *name dropping* செய்யவில்லை. நான் *name dropping* செய்வதாக ஸீரோ டிகிரியின் ஆங்கிலப் பதிப்பில் அந்தப் பதிப்பாளர் எழுதியிருக்கிறார். அவருக்குத் தெரிந்தது அவ்வளவுதான். ஸீரோ டிகிரி சொல்லும் பூஜ்ய நிலைக்கும் (மலேஷியாவில் மிகச் சாதாரணமாக பேச்சு வழக்கில் கோசம் என்று சொல்கிறார்கள்) ஸெனாகிஸின் இசைக்கும் பெரிதும் சம்பந்தம் உண்டு. நான் தில்லியில் இருந்த போது 1980களில் ஸெனாகிஸை நேரடியாகக் கேட்டிருக்கிறேன். ஸெனாகிஸ் ஒலி, ஒளி, கட்டிடக் கலை ஆகிய மூன்றையும் இணைப்பவர். ஒலி மட்டும் அல்ல அவர் இயங்கும் இடம். அவர் ஒரு புகழ்பெற்ற கட்டிடக் கலை நிபுணரும் கூட.

குமுதத்தில் என்னை அவதூறு செய்யும் இசையமைப்பாளருக்கு நான் சவால் விடுகிறேன். கலகம் காதல் இசையில் நான் குறிப்பிடும் இசைக் கலைஞர்களை அவர் இதுவரை கேட்டிருக்கிறாரா? அந்த நூலில் உள்ள என் கட்டுரைகளில் ஒரு வரியாவது அவருக்குப் புரியுமா? அவருக்கு ஜால்ரா அடித்துக் கொண்டிருக்கும் எழுத்தாளர்களாவது அவருக்கு இந்த விஷயத்தில் உதவுவார்களா? முடியாது என்றே நினைக்கிறேன். ஏனென்றால், அந்த எழுத்தாளர்களுக்கே இந்த நூல் புரியாது. ஒரு இணையதளத்தில் ஒருவர் கலகம் காதல் இசை புத்தகத்தை குப்பை என்று எழுதியிருந்தார். இதுதான் விமர்சனம். இதுதான் அவர்களின் எதிர்வினை. இதே ரீதியில் மொஸார்ட்டைக் கூட கேட்டுவிட்டு “என்ன இது, ஒரே இரைச்சல்” என்று

சொல்லலாம். அறிவிலிகளின் காலம் இது.

கடைசியாக ஒரு வார்த்தை. இன்னும் நூறு ஆண்டுகள் ஆனால் கூட கலகம் காதல் இசை என்ற நூலில் நான் குறிப்பிட்டிருக்கும் இசைக் கலைஞர்களை தமிழர்கள் உள்வாங்குவார்களா என்று சந்தேகம் ஏற்படுகிறது. இதுவரை என்னிடம் அந்த நூலைப் பற்றி ஒரு ஆத்மா கூட ஒரு வார்த்தை சொன்னதில்லை.

கவனம், Iannis Xenakis கேட்டால் உங்களுக்கு மயக்கமோ தலையிடியோ அல்லது மனப்பிறழ்வு நிலையோ ஏற்படலாம். அந்த கவனத்துடன் அவரைக் கேட்கவும்.

ஜனவரி 15, 2013

தமிழ் எழுத்தாளன் (1)

இதை நான் மிகுந்த தயக்கத்துடன் எழுதுகிறேன். ஆனாலும் இதை எழுதித்தான் ஆகவேண்டும் என்று என் மனம் சொல்கிறது. நம் மனசாட்சி என்ன சொல்கிறதோ அதுதான் சரியாக இருக்கும் என்பதால் இதை எழுதத் துணிந்து விட்டேன். இதை எழுதுவதால் பாதிக்கப்படப் போவது நான்தான். நான் மட்டும்தான். ஆனாலும் யாரேனும் ஒருவர் பூனைக்கு மணி கட்டித்தானே ஆக வேண்டும்? எனவே எப்போதும்போல் நானே பலியாகத் தயாரானேன். இது என் சக எழுத்தாளர்களுக்காக நான் செய்யும் தியாகம். என் சகாக்கள் பெரும்பாலும் என்னோடு நட்பு பாராட்டாதவர்கள் என்ற போதிலும் எழுத்தாளன் என்பவனுக்கு உரிய மரியாதை கொடுக்கப்பட்டே ஆக வேண்டும் என்பதால்தான் இதை எழுதத் துணிந்தேன். ஆம், துணிந்தேன் என்று சொல்வதே சரி. இத்தனை நாள் எனக்கு அந்தத் துணிவு இல்லை. இப்போது வெள்ளம் கழுத்துக்கு மேல் போய் விட்டதால் துணிந்து விட்டேன்.

இதை எழுதுவதால் எனக்கு என்ன பாதிப்பு ஏற்படும் என்றால், தொலைக்காட்சி சேனல்களில் என்னைத் தடை செய்து கருப்புப் பட்டியலில் என் பெயரைச் சேர்ப்பார்கள். இது ஒரு எழுத்தாளனுக்குக் கிடைக்கும் மிகக் குறைந்த பட்ச விளம்பரத்தைக் கூட இல்லாமல் ஆக்கி விடும். என்றாலும் எழுதுகிறேன். ஏனென்றால், எனக்கு விளம்பரம் கிடைக்கா

விட்டால் பரவாயில்லை. ரஜினிகாந்தே ஒரு நாவல் எழுதினால் கூட தமிழ்நாட்டில் நாலாயிரம் பிரதிகள்தான் விற்கும் என்பது என் அனுமானம். ஒரு எழுத்தாளருக்கு நேரம் மட்டும் இருந்தால் தினந்தோறும் சேனல்களில் வந்து பேசிக்கொண்டு இருக்கலாம். அத்தனை சேனல்கள் வந்து விட்டன. ஆனால் அத்தனை சேனல்களுக்கும் தீனி போட இங்கே அறிவுஜீவிகளின் பாப்புலேஷன் கம்மியாக உள்ளது.

தினமும் காலையில் ஆறரை மணியிலிருந்து எட்டரை வரை நடைப் பயிற்சியின்போது என் நண்பர் சந்தானம் எனக்குக் கதைகள் சொல்வார். மஹாபாரதம், ராமாயணம், ஆழ்வார், ஸ்ரீவில்லிப்புத்தூர் என்று பல மாதிரி கதைகள் போகும். பதிலுக்கு நானும் அவருக்கு த்ரிஷா, சமந்தா போன்ற கதைகளைச் சொல்வேன். இந்த நிலையில் மஹாபாரதத்திலிருந்து ஒரு கதையைச் சொல்கிறேன் சொல்கிறேன் என்று டிமிக்கிக் கொடுத்துக் கொண்டே இருந்தார் சந்தானம். நானும் விடாமல் அந்தக் கதை என்ன என்று ஞாபகப்படுத்திக் கேட்டுக்கொண்டே இருந்தேன். என் நச்சரிப்புத் தாங்க முடியாத அவர் "அதைக் கேட்க வேண்டுமானால் ஒருத்தர் தற்கொலை வரை சென்றிருக்க வேண்டும்" என்றார். அதாவது, வாழ்வின் விளிம்புக்கே சென்றிருக்க வேண்டும்.

நேற்று சென்றேன் என்றேன்.

எப்படி என்றார்.

உங்களுக்கும் சொல்கிறேன். ஒரு சேனலில் காலையில் ஏழு மணிக்கு வந்து நிகழ்ச்சியில் கலந்து கொள்ள முடியுமா என்று கேட்டார்கள். என்ன நிகழ்ச்சி என்றால், காலையில் தினசரிகளைப் படித்து அந்தச் செய்திகளை அலசி ஆராய வேண்டும். நிகழ்ச்சியில் கலந்து கொள்வதென்றால் நான் காலை ஐந்தரை மணிக்கு என் வீட்டிலிருந்து கிளம்ப வேண்டும். அது ஒரு நேரடி ஒளிபரப்பு. ஐந்தரைக்குக் கிளம்ப வேண்டுமென்றால் எத்தனை மணிக்கு எழுந்து கொள்ள வேண்டும் என்று பார்த்துக் கொள்ளுங்கள். அந்தத் தொலைக்காட்சி அலுவலகம் என் வீட்டிலிருந்து ரொம்பத் தொலைவு. ஏற்கனவே அந்த சேனலில்

சில நிகழ்ச்சிகளில் கலந்து கொண்டிருக்கிறேன். எல்லாம் நேரடி ஒளிபரப்பு. மாலை ஏழு மணிக்குக் கிளம்பினால் இரவு பதினோரு மணிக்குத்தான் திரும்ப முடிந்தது. இரவு சாப்பாடும் வீட்டுக்கு வந்துதான். தொலைக்காட்சி அலுவலகத்தில் க்ரீன் டீ கொடுக்கிறார்கள். அதைக் குடித்தால் நிகழ்ச்சி நடந்து கொண்டிருக்கும் போது 'சூஸ்' வந்து தொலைப்பதால் அதையும் குடிப்பதில்லை. கொலைப் பட்டினியோடு இரவு பதினோரு மணிக்கு வீட்டுக்கு வருவேன். கோடிகளில் புரளும் தொலைக்காட்சி என்றாலும் ஒற்றை நயாபைசா தர மாட்டார்கள். அதனால் காலை செய்தி விவாத நிகழ்ச்சிக்கு வந்தால் காசு தருவீர்களா என்று கேட்டேன். இப்படி ஒரு கேள்வியை அவர்கள் எதிர்பார்த்திருக்கவே மாட்டார்கள் போலிருக்கிறது. அவர்களின் அதிர்ச்சி குரலிலேயே தெரிந்தது. தரும் பழக்கம் இல்லை என்பதைத் திணறித் திணறிச் சொன்னார்கள்.

எனக்குத் தெரிந்து விஜய், புதிய தலைமுறை ஆகிய சேனல்களில் மட்டுமே நிகழ்ச்சியில் பிரதானமாகக் கலந்து கொள்பவர்களுக்கு சன்மானம் தருகிறார்கள். சமீபத்தில் ஒரு சேனலில் ஏதேனும் ஒரு புத்தகத்தைப் பற்றி அரை மணி நேரம் பேச முடியுமா என்று கேட்டு கடிதம் வந்தது. இந்த அரை மணி நேரத்துக்கு நான் எத்தனை நாள் படிக்க வேண்டும் என்று பார்த்துக் கொள்ளுங்கள். சன்மானம் தருவீர்களா என்று பதில் போட்டேன். அத்தோடு சரி.

இந்த நிலையில் ஒரு தொலைக்காட்சியிலிருந்து ஒரு அழைப்பு. ஏற்கனவே நான் அந்த டிவியில் வாரம் ஒரு சினிமாவை அறிமுகப்படுத்திப் பேசிக் கொண்டிருக்கிறேன். அது ஒன்றும் செல்வச் செழிப்பான சேனல் அல்ல. மிகக் குறைந்த வசதிகளோடு இயங்கி வரும் சேனல். எனக்கெல்லாம் மற்ற எழுத்தாளர்களைப் போல் சரளமாகப் பொங்கி வராது பேச்சு. அரை மணி நேரம் பேசுவதற்கு ஒரு நாள் முழுவதும் பயிற்சி எடுப்பேன். தங்கு தடையின்றிப் பேச வேண்டும், கருத்துக்கள் சரளமாக வர வேண்டும் அல்லவா? என்னென்ன பேச

வால்டேரை எப்படி நாம் கைது செய்ய முடியும்?

வேண்டும் என்று குறிப்புகளை எடுத்துக் கொண்டு அதை மனனம் செய்து கொண்டு அப்புறம்தான் பேசுவேன். எனக்கு மனனம் செய்யும் சக்தி கம்மி என்பதால் பல்வேறு விஷயங்கள் மறந்தும் போய் விடும். இவ்வளவு பிரச்சினைக்கு இடையிலும் அந்த நிகழ்ச்சி மிகப் பலரால் விரும்பிப் பார்க்கப்படுகின்றது. அந்த நிகழ்ச்சியில் நான் பேசிய லைஃப் ஆஃப் பை படம்தான் இந்த ஆண்டு ஆஸ்கரின் சிறந்த படம். இதே நிகழ்ச்சியில் நான் பேசிய லிங்கன் படத்தின் கதாநாயகன்தான் சிறந்த நடிகருக்கான ஆஸ்கர் வாங்கி இருக்கிறார். இதுவரை சுமார் இருபத்தைந்து படங்களைப் பற்றிப் பேசியிருக்கிறேன்.

அந்த சேனலிலிருந்துதான் போன். காலையில் எட்டு மணி நிகழ்ச்சி. நேரடி ஒளிபரப்பு. தினசரிகளைப் படித்து செய்திகளை அலச வேண்டும். தெரிந்த சேனல் என்பதால், "சரி, வந்து விடுகிறேன். கார் அனுப்பி விடுங்கள்; முகவரி அனுப்புகிறேன்," என்றேன். இந்த நிகழ்ச்சித் தயாரிப்பாளர் எனக்குப் புதியவர் என்பதால்தான் இதைக் கூட கேட்டுக் கொண்டேன். அவரோ ரொம்ப ஆச்சரியப்பட்டார். "காரா? அப்படியா? கார் அனுப்ப மாட்டார்களே? நீங்களாகத்தான் வர வேண்டும். இருந்தாலும் கேட்டுப் பார்க்கிறேன்" என்றார்.

தமிழ்நாட்டில் எழுத்தாளனாக வாழ்வதற்கு மிக மிக அவமானப்பட்ட தருணங்களில் ஒன்று அது. அதாவது, நானே கைக்காசு செலவு பண்ணிக்கொண்டு போய் நிகழ்ச்சியில் கலந்து கொள்ள வேண்டும்! சினிமா நிகழ்ச்சிக்கும் ஆரம்பத்தில் இப்படித்தான் நடந்தது. ஆட்டோவில் போவதற்கு 200 ரூ; திரும்புவதற்கு 200 ரூ. நானூறு ரூபாய் செலவு செய்து கொண்டு போய்தான் "நான் பார்த்த சினிமா" என்ற நிகழ்ச்சியில் பேசிக் கொண்டிருந்தேன். பிறகுதான் எனக்குக் கட்டுப்படி ஆகாது என்று சொல்லி, அவர்களே வண்டி அனுப்புகிறார்கள். அதேபோல் நினைத்து விட்டார் போல் இருக்கிறது. நிகழ்ச்சியில் கலந்து கொண்டு என் அரை நாளை செலவு செய்வதற்கு சன்மானம் கூடத் தரவில்லை; காரும் நானே ஏற்பாடு செய்து கொண்டு போய் நிகழ்ச்சியில் கலந்து கொள்ள வேண்டும்!!!

எதற்கு? தொலக்காட்சியில் என் மூஞ்சி வரும் அல்லவா, அதற்கு!!!

தொலைக்காட்சிகளின் மனோபாவம் அப்படித்தான் இருக்கிறது. ஒரு சோப்பு விளம்பரம் என்றால் ஒன்றரை நிமிடம் காட்டினால் ஒன்றரை லட்சம் ரூபாய் விளம்பர வருமானம் கிடைக்கிறது. அப்படி இருக்கும் போது, ஐயா எழுத்தாளரே, உங்களை ஒரு மணி நேரம் அல்லவா காட்டுகிறோம்; இதற்கு நீங்கள் எவ்வளவு ரூபாய் தர வேண்டியிருக்கும்? இப்படித்தான் அவர்கள் நினைக்கிறார்கள்.

நான் வாசகர்களிடம் அவ்வப்போது கையேந்தி பணம் கேட்பதன் தாத்பரியம் புரிகிறதா? இந்த இருபத்தைந்து சினிமா நிகழ்ச்சியையும் காசு வாங்காமல் இலவசமாகத்தான் செய்து கொண்டிருக்கிறேன். கோடிகளில் புரளும் பல சேனல்களே பணம் கொடுக்கத் தயாராக இல்லாத போது இந்த ஏழை சேனல் என்ன செய்யும்?

சென்ற ஆண்டு ஒருமுறை புதிய தலைமுறை சேனலில் அழைத்திருந்தார்கள். சென்றேன். முகவரி கேட்டார்கள். அப்போதே கொஞ்சம் யூகம் கொண்டேன். மறுதினமே ஆயிரம் ரூபாய்க்குக் காசோலை வந்து விட்டது.

ஆனால் இப்போது புதிய தலைமுறை சேனலிலும் சன்மானம் கொடுப்பதை நிறுத்தி விட்டார்களோ என்று நினைக்கத் தோன்றுகிறது. வர்மா கமிஷன் அறிக்கை பாராளுமன்றத்தில் தாக்கல் செய்யப்பட்ட தினம் ஒரு நிகழ்ச்சி செய்தேன். ஒரு மாதத்துக்கு மேல் ஆயிற்று. சன்மானம் பற்றிய பேச்சே இல்லை. நேற்று இரவு நேர்படப் பேசு நிகழ்ச்சியில் கலந்து கொண்டேன். புதிய தலைமுறை. சன்மானம் பற்றிய பேச்சே இல்லை. இன்று போன் செய்தேன். நிச்சயம் கவனிக்கிறோம் என்றார் நண்பர். நிகழ்ச்சியில் தொய்வு ஏற்படக் கூடாது என்பதற்காக அந்த ஒரு மணி நேர நிகழ்ச்சியின் இடையே விளம்பரத்தைக் கூட ரத்து செய்து விட்டார்கள். இது எந்த சேனலும் செய்யத் துணியாதது. தினந்தோறும் பல லட்சங்கள் நஷ்டமாகும். ஆனால் இப்படிப்பட்ட சேனல் கூட நிகழ்ச்சியில் கலந்து

கொள்பவர்களுக்கு சன்மானம் கொடுக்கத் தயங்கினால் எங்கே போய் புலம்புவது? கிட்டத்தட்ட ஐந்து மணி நேரம் என் நேரத்தைத் தருகிறேன். ஆனால் அது இலவச சேவை. நீங்கள் மருத்துவரிடம் சென்றால் காசு தர வேண்டும். ஓட்டலுக்குச் சென்றால் காசு தர வேண்டும். குழந்தைகளைப் படிக்க வைக்க வேண்டும் என்றால் மூட்டை மூட்டையாகக் காசு தர வேண்டும். உலகில் எதுவுமே இலவசம் அல்ல; எழுத்தாளனின் உழைப்பைத் தவிர.

தமிழ்நாட்டை விட்டுப் போய் விட வேண்டும்... எழுத்தாளனுக்கு எங்கே மரியாதை தரப் படுகிறதோ அந்த நாட்டுக்கு ஓடி விட வேண்டும்...

(சந்தானத்தின் கதையை விட்டு விட்டேனே? "நீங்களே கார் ஏற்பாடு செய்து கொண்டு வாருங்கள்" என்று அந்த சேனல் சொன்ன தினம் எனக்குத் தற்கொலை செய்து கொள்ள வேண்டும் போல் இருந்தது; அந்தச் சம்பவத்தை சந்தானத்திடம் சொல்லி, இப்போதாவது கதையைச் சொல்லி விடுங்கள் என்று கேட்டுத் தெரிந்து கொண்டேன்).

ஃபெப்ருவரி 26, 2013

அவன் இவன்

சாரு அவர்களுக்கு,

நான் உங்களுடைய வாசகன்; உங்களுடைய கட்டுரைகள் எனக்கு மிகவும் பிடிக்கும். நீங்கள் நேற்று கலந்து கொண்ட சன் நியூஸ் விவாத மேடை பார்த்தேன் தமிழருவி மணியன் ஆரம்பத்தில் இருந்தே தங்களுக்கு எதிராக இருந்தார். முதலில் மேடை நாகரிகம் என்றெல்லாம் பேசிவிட்டு, இரன்டாவதாகப் பேசும் போது சிறிதும் மரியாதை இல்லாமல் தங்களை அவன் இவன் என்று குறிப்பிட்டார். அவர் தங்களை ஒருமையில் பேசியது வருத்தம் அடையச் செய்தது. அதற்குப் பின் அவருக்குப் பேச வாய்ப்பு கொடுக்காமல் நிராகரிக்கப்பட்டது ஆறுதல் அளித்தது. இதைப் பற்றி நீங்கள் ப்ளாகில் கன்டனம் தெரிவித்திருந்தால் கூட இந்தக் கடிதம் எழுதியிருக்க மாட்டேன். சாரு மழுங்கிவிட்டாரா!

சந்திரசேகரன்
கோயமுத்தூர்

மதிப்பீடுகள் வீழ்ச்சி அடைந்து விட்டன என்பதற்கு உதாரணமே தமிழருவி மணியனின் ஆபாச மொழி. என்னை அவர் அவன் இவன் என்று குறிப்பிட்டது எதைக் காட்டுகிறது? அரசியல்வாதி கையில் கத்தி எடுத்து எதிராளியை வெட்டிக் கொல்கிறான்.

காந்தியவாதி எதிராளியை அவன் இவன் என்கிறார். ஒரு பத்திரிகையில் கிடைத்த பிரபலத்தால் மட்டுமே பெரிய ஆளாக வந்தால் இதுதான் நிலைமை. பத்திரிகையில் எழுத வாய்ப்பு கிடைத்தால் இங்கே ஒரு காமெடி நடிகர் கூட சிந்தனையாளர், புத்திஜீவி என்ற புகழை அடைந்து விடலாம்.

என்னை தமிழருவி மணியன் அவன் இவன் என்று குறிப்பிட்டதற்காக நான் வருத்தம் அடையவில்லை. ஏனென்றால், சமீபத்தில் என் வீட்டு பப்புவை நான் வாக்கிங் அழைத்துக் கொண்டு சென்ற போது பக்கத்து வீட்டுப் பணிப்பெண் என்னை வாடா போடா என்று ஏசிய போதும் நான் புன்னகையோடுதான் வந்தேன். அது அவர்களின் தரத்தைக் காட்டுகிறது. எனக்குக் கோபமே வரவில்லை. நான் குடிக்கிறேன்... ஆனால் ஒரு ஜென் குருவைப் போல் வாழ்கிறேன். தமிழருவி மணியன் குடிக்க மாட்டார். ஆனால்...?

★★★

ஃபெப்ருவரி 27, 2013

தமிழ் எழுத்தாளன் (2)

Hi great man,

Hats off to your truthful nature. Even when you write about your pain and worries, it reads as literature. Some writers attempt to address serious issues but fail to convey them effectively in words. You, however, make every single word count. That is Charu.

I've read some of your books, and I'm one of your fans. I have an interesting incident to share, which I'll explain in Tamil since it's more convenient for me.

Charu will always exist, even without a channel or a blog.

Like love, friendship, or anger, the word Charu itself is a feeling. We, your readers, can truly feel it. We'll always be here, reading you, because you are one of the very few good writers among us.

Thank you so, so much for your writings. I feel incredibly lucky and blessed to read your work. (The previous line is not written in emotion alone. It is completely true, and I say it with an open mind and heart.)

Singaram Pradeep Kumar

டியர் ப்ரதீப் குமார்,

உங்கள் கடிதத்தை அதன் உள்ளார்ந்த உணர்வுகளுடன் புரிந்து கொண்டேன். அந்தப்படியே வாசகர்களும் புரிந்து கொள்வார்கள் என்ற நம்பிக்கையுடன்தான் இதை சாரு ஆன்லைனில் பகிர்கிறேன். இப்படியான கடிதங்களை வெளியிடுவது பல வாசகர்களுக்கு அசூயையையும் லஜ்ஜையையும் உண்டாக்குகிறது. ஏன் இப்படிச் செய்கிறீர்கள் என்று கேட்கிறார்கள். அவர்களுக்கு என்னுடைய நிலை புரியவே மாட்டேன் என்கிறது. அதனால்தான் தொடர்ந்து அப்படிக் கேட்டுக்கொண்டே இருக்கிறார்கள்.

தமிழ்நாட்டில் எழுத்தாளனுக்கு அடையாளமே இல்லை. எழுத்தாளனை இங்கே கொண்டாடுவதில்லை. ‘என்னய்யா இது? நீர் புத்தகம் வெளியிட்டால் காமராஜர் அரங்கத்துக்கு இரண்டாயிரம் பேர் வருகிறோம். இதை விட வேறு எப்படி உம்மைக் கொண்டாட வேண்டும்?’ என்று கேட்கிறார்கள். இன்னமும் அவர்களுக்கு நான் சொல்வது புரியவில்லை என்றே சொல்வேன். ஒரு சம்பவம் சொல்கிறேன். இன்று காலையில் நடந்தது.

நான் ஏதோ அவசரமாக எழுதிக் கொண்டிருந்தேன். தெரியாத எண்ணிலிருந்து ஒரு தொலைபேசி அழைப்பு. எடுத்தேன். பொதுவாக இப்படிப்பட்ட அழைப்புகள் வங்கிகளிலிருந்தே வரும். அந்த உரையாடல் பொதுவாக இப்படி அமையும்.

சார், என் பெயர் ப்ரியா. ---------------------------- பேங்கிலிருந்து அழைக்கிறேன். உங்கள் பெயர் அறிவழகன்தானே?

ஆமாம்; உங்களுக்கு என்ன வேண்டும்?

சார், இப்போ பார்த்தீங்கன்னா எங்கள் பேங்கிலிருந்து நீங்கள் ஹோம் லோன் எடுத்தீங்கன்னா...

இல்லை... எனக்கு எந்த லோனும் வேண்டாம். நீங்கள் அனாவசியமாக என் வேலையில் குறுக்கிட்டு எனக்குத் தொந்தரவு தருகிறீர்கள். ஸாரி, போனை வையுங்கள்...

இல்லை சார். இல்லவே இல்லை. நான் உங்கள் நல்லதுக்காகத்தான் பேசிக் கொண்டு இருக்கிறேன்.

என் நல்லது எது என்று எனக்குத் தெரியும். அதை நீங்கள் சொல்ல வேண்டிய அவசியமில்லை.

சார், அதுக்கு ஏன் சார் இவ்ளோ கோபப்படுறீங்க?

பின்னே? போனை வையுங்கள் என்று சொன்ன பிறகும் என்னை டார்ச்சர் செய்து கொண்டிருந்தால் என்ன அர்த்தம்?

உரையாடல் இன்னும் பயங்கரமாக நீளும் தருணங்களும் உண்டு. ஆனால் இன்று காலை வந்த அழைப்பு சற்று சீரியஸான குரலில் இருந்தது. உரையாடல் இப்படிச் சென்றது:

சார், உங்கள் பெயர் அறிவழகன்?

ஆமாம்.

நீங்கள் எங்கள் வங்கியில் (வங்கியின் பெயர்) கணக்கு வைத்திருக்கிறீர்கள்.

ஆமாம்.

உங்களுக்குக் கிரெடிட் கார்ட் அனுப்புகிறோம். உங்கள் முகவரி... புதிய எண்...

ஆமாம். சரிதான்.

சரி சார். எங்கள் ஆட்கள் வந்து உங்களிடம் கார்ட் தருவார்கள்.

ஆஹா, இப்படி இருந்தால் ஒன்றும் பிரச்சினை இல்லை. என்னிடம் கடன் அட்டை கிடையாது. அதை வைத்துக் கொள்வதாகவும் எண்ணம் இல்லை. ஆனால் வேலை மும்முரத்தில் சரி சொல்லி விட்டேன். அதுவும் வீட்டுக்கு அனுப்புகிறோம் என்றதும் 'சரி, பாதகம் இல்லை' என்று நினைத்துக் கொண்டேன்.

கடன் அட்டையின் மீது எனக்கு எப்போதுமே விருப்பம் கிடையாது. ஏனென்றால், கடன் வாங்கினால் திருப்பித் தருவதற்கு எனக்கு எந்த வசதியும் கிடையாது. ஏனென்றால்,

என் உழைப்புக்குத் தகுந்த ஊதியம் கிடையாது. பெரும்பாலும் இலவச சேவைதான் செய்து கொண்டிருக்கிறேன். ஏற்கனவே தொலைக்காட்சி சேனல்கள் செய்வது பற்றி எழுதியிருக்கிறேன். (இன்னமும் புதிய தலைமுறையிலிருந்து காசு வரவில்லை. நிகழ்ச்சி முடிந்து நாற்பது நாட்கள் ஆகின்றன!)

பிறகு மதியம் இரண்டு பேர் வந்தனர். என்னிடமிருந்து காகிதங்களில் கையெழுத்து வாங்கிப் போவதற்காக. ஒரு இளைஞர் தமிழர். இன்னொருவர் வங்காளி. அந்த வங்காளி இளைஞருக்கு சரியாக ஆங்கிலம் கூடத் தெரியவில்லை. ஆனால் நான் எழுத்தாளன் என்றதும் சுமார் பத்து நிமிடம் எழுத்தாளனாக வாழ்வதன் அருமை பெருமைகளைப் பற்றியும் வங்காளி எழுத்தாளர்களைப் பற்றியும் உணர்ச்சிவசப்பட்டுப் பேசினார். அந்தத் தமிழ்ப் பையன் எதுவுமே புரியாமல் தேமே என்று நின்று கொண்டிருந்தார். அவர்கள் கையெழுத்து வாங்கிக் கொண்டு சென்றதும், அந்த வங்கியிலிருந்து காலையில் பேசிய பெண் - அவர் அந்த வங்கியின் மேனேஜர் என்று தெரிந்தது - பேசினார். விபரங்கள் சரியா என்று சோதித்தார். உங்கள் வேலை என்ன என்று கேட்டதும், எழுத்தாளர் என்றேன்.

உரையாடல் தமிழிலேயே நடந்தது. அவர் ஒரு பக்கா தமிழ்ப் பெண் என்பது பெயரிலும் தெரிந்தது. "எழுத்தாளர்னா என்ன சார்?" என்று கேட்டார் அவர்.

"அது வந்து writing... I am a writer."

"Writerனா சார்? அது என்ன பிஸினஸ்?"

"பிஸினஸ் இல்லீங்க... எழுதுறது..."

"புரியலியே சார். நீங்க என்ன வேலை செய்றீங்க? இந்த ஃபார்ம்ல உங்க தொழில் writerனு போட்டு இருக்கு. அதனாலதான் கேட்கிறேன்... ஸாரி..."

"ஆமாம். என் தொழில் எழுத்து..."

"சரி சார். எனக்குப் புரியல. அப்படியே விட்டுர்றேன். நீங்க இந்த பிஸினஸை எத்தனை வருஷமா பண்றீங்க?"

“நாற்பது வருஷமா...”

“ஓகே சார். இந்த பிஸினஸுக்கு நீங்கதான் ஓனர்... இல்லீங்களா?”

“ம்ம்ம்... ம்ம்ம்... ம்ம்ம்... அதாவது, என் வெப்ஸைட்ல எழுதினா நான் ஓனர். பத்திரிகையில எழுதினா பத்திரிகை முதலாளிதான் ஓனர்...”

“பத்திரிகை? Like...?”

“Like விகடன்...”

“லைக் விகடன்? ம்ம்ம்...?”

“ஆனா அதுல ராஜு முருகன்னு ஒருத்தர் பர்மெனண்ட்டா எழுதுறதால எனக்குப் பத்து வருஷத்துக்குப் பிறகுதான் சான்ஸ் கிடைக்கும்... So we don’t have to worry...”

“ஓ... விகடனுக்கு ஓனர் ராஜு முருகன்... உங்க வெப்ஸைட் ஓனர் நீங்க? இல்லியா சார்?”

“ஓ மை காட்... ஓ மை ஜீஸஸ்... இன்னும் பத்து வருஷம் கழிச்சு வர்ற வாய்ப்பையும் தட்டிப் பறிச்சிருவீங்க போல இருக்கே... அது ரொம்பப் பெரிய இடம்ங்க...”

“நீங்கதானே சொன்னீங்க... ராஜு முருகன் விகடன்ல பர்மனெண்ட்னு? அதான் கேட்டேன்... அப்போ விகடன் ஓனர்?”

“மிஸ்டர் பா. சீனிவாசன். ஆனா அதுக்கும் எனக்குக் கிரெடிட் கார்ட் குடுக்கறதுக்கும் என்ன சம்பந்தம்? ப்ளீஸ்... என்னை மாட்டி விட்றாதீங்க...”

“இல்லை சார். நீங்க ரைட்டிங் பிஸினஸ் பண்றீங்க... அதுக்கு நீங்கதான் ஓனரா... இல்லே, ஒரு கம்பெனில வொர்க் பண்றீங்கன்னா உங்க Salary Certificate தேவைப்படும்...”

“இல்லிங்க... நான்தான் ஓனர்... விகடன்ல எழுதும் போது...”

“ராஜு முருகன் ஓனர்... அதுதான் சொல்லிட்டீங்களே சார்...”

“ஐயோ... ஐயோ... அது ராஜு முருகன் இல்லீங்க... மிஸ்டர்

பா. சீனிவாசன்தான் விகடன் ஓனர்... அவர்கிட்ட நான் *Sal-aray Certificate*-உம் வாங்க முடியாது... ஏன்னா நான் அங்கே வொர்க் பண்ணல... எப்பவாவது பத்து வருஷத்துக்கு ஒருக்கா..."

"சரி சார். விபரம்லாம் சரியா இருக்கு... உங்களுக்கு க்ரெடிட் கார்ட் நாளைக்கு டெஸ்பாட்ச் பண்ணிருவோம்..."

படத்துக்கு எதிர்ப்பு வந்து, படத்தைத் தடை செய்ததும் தமிழ்நாட்டை விட்டுப் போய் விடுகிறேன் என்கிறாரே கமல்ஹாஸன்... என்னுடைய நிலை அவருக்கு வந்தால் அவர் என்ன செய்வார்? ம்... சொல்லுங்கள்... எழுத்தாளன் என்றால் யார் என்று கடைசி வரை அந்த வங்கி மேலாளருக்கு என்னால் புரிய வைக்க இயலவில்லை. அந்தப் பெண்தான் தமிழ்ச் சமூகத்தின் பிரதிநிதி என்று நான் நினைக்கிறேன். ஒரு வார்த்தை கூட நான் உயர்வு நவிற்சியாக எழுதவில்லை. நடந்த உரையாடலை அப்படியே தந்திருக்கிறேன். *Hey writer, you just don't exist man!*

ஃபெப்ருவரி 28, 2013

தமிழ் எழுத்தாளன் (3)

நண்பர் யாரேனும் குடிப்பதை நிறுத்தி விட்டால் அவருக்கும் எனக்கும் தொடர்பு அறுந்து போகிறது. ஒரு நண்பர் குடிப்பதை நிறுத்தி விட்டார். அதனால் எங்கள் சந்திப்பும் நின்று விட்டது. ஒருநாள் அவருக்கு ஃபோன் போட்டு, "பார்த்து நாள் ஆயிற்றே; எங்காவது காஃபி ஷாப்பிலாவது சந்திக்கலாமா?" என்று கேட்டேன். ஓ என்றார். நல்லவேளை, சரவண பவனில் சந்திக்கலாம் என்று சொல்லவில்லை.

சந்தித்தோம். பேசினோம். நாவல் எழுதவில்லை; தாய்லாந்து பயணக் கட்டுரை எழுதவில்லை; மலேஷியா பயணக் கட்டுரை எழுதவில்லை. இப்படி என் மீது பல புகார்கள் எழுந்தன. கடந்த ஒன்றரை ஆண்டுகளாக என்னதான் செய்து கொண்டிருக்கிறீர்கள்? இந்தக் கேள்வி எப்படி எழுகிறது என்றால் என் சக தமிழ் எழுத்தாளர்கள் இரண்டு பேர் தினமும் ஒரு சிறுகதை, தினமும் நாலு கட்டுரை என்று எழுதிக் கொண்டிருக்கிறார்கள். வருஷத்துக்கு ஒரு நாவல் நாலாயிரம் பக்கத்தில் எழுதி வெளியிடுகிறார்கள். இதனால்தான் என்னிடமும் அப்படி எதிர்பார்க்கத் தோன்றுகிறது. ஒரு எழுத்தாளனைப் பார்த்து என்ன செய்து கொண்டிருக்கிறீர்கள் என்று கேட்கலாமா? Dictionary of the Khazars என்ற நாவலை எழுதிய மிலோராத் பாவிச் (Milorad Pavic) தன் வாழ்நாளில் ஐந்தே ஐந்து நாவல்கள்தான்

எழுதியிருக்கிறார். ஆனால் அந்த நாவல்கள் இருபத்தைந்து மொழிகளில் மொழிபெயர்க்கப்பட்டிருக்கின்றன. எண்பது வயது வரை வாழ்ந்த அவரது பெயர் பல முறை நோபல் பரிசுக்கு சிபாரிசு செய்யப்பட்டது.

இப்போது மிலோராத் பாவிச் எழுதிய *Landscape Painted by Tea* என்ற நாவலை வாசித்துக் கொண்டிருக்கிறேன். இது கூட எப்படி நடந்தது என்றால், அது ஒரு சுவாரசியமான கதை.

கடந்த ஏழு ஆண்டுகளாக என் தெருவில் மட்டும் மின்வெட்டே இருந்தது இல்லை. என் வீட்டுக்குப் பக்கத்தில் இரண்டு அதிமுக முன்னாள் அமைச்சர்கள் வசித்தது காரணமாக இருக்கலாம். திமுக ஆட்சியில் அதிமுகவின் முன்னாள் அமைச்சர்களுக்கும் ஒரு 'கெத்து' இருந்தது. பிறகு அதிமுக ஆட்சி வந்த போதும் அது தொடர்ந்தது. மின்வெட்டே ஆனது இல்லை. நானும் யாரிடமும் இது பற்றி மூச்சு விடாமல் இருந்தேன். ஒருநாள் எனக்கே தாங்க முடியாமல் இது பற்றி ஒரு நண்பரிடம் சொன்னேன். அவரோ அதிர்ச்சி மிகுதியில் யாரிடமும் சொல்லாதீர்கள் என்றார். மறுநாளிலிருந்தே எங்கள் தெருவிலும் இரண்டு மணி நேர மின்வெட்டு. நம்ப முடியாது. ஆனால் உண்மை. என் வாய் முகூர்த்தம் அப்படி.

ஆக, மின்சாரம் இல்லாத இரண்டு மணி நேரத்தை என்ன பண்ணலாம் என்று யோசித்து மிலோராத் பாவிச்சைக் கையில் எடுத்தேன். மற்ற நேரங்களில் எக்ஸைல் நாவலின் மொழிபெயர்ப்பில் திருத்தங்கள் செய்து கொண்டிருக்கிறேன்.

சரி, நான் இந்த ஒன்றரை ஆண்டுகளாக என்னதான் செய்து கொண்டிருந்தேன்? பார்ப்போம்.

அமேஸானில் *Morgue Keeper* என்ற என் சிறுகதைத் தொகுப்பு *Kindle edition*ஆக வந்திருக்கிறது. ஸீரோ டிகிரி ஆங்கிலத்தில் வந்து பல ஆண்டுகள் ஆகியும் இன்னும் *Kindle edition* இல்லை. ஆனால் *Morgue Keeper Kindle*-இல் வந்து விட்டது. இதற்காகப் பாடுபட்டவர்கள் பலர். அவர்களுடைய மற்றும் என்னுடைய எத்தனையோ மணி நேரம் இதற்காகச் செலவாகி இருக்கிறது.

வெளியூருக்குப் போய் நம்மைப் பற்றி அறிமுகம் செய்து கொள்ளும் போது நம்முடைய புத்தகங்கள் ஆங்கிலத்தில் கிடைக்கின்றன என்ற விஷயம் அவர்களுக்கும் நமக்கும் எவ்வளவு உற்சாகத்தையும் தெம்பையும் தருகிறது தெரியுமா? எவ்வளவு காலத்துக்குத்தான் ஸீரோ டிகிரி என்ற ஒரே பெயரையே சொல்லிக் கொண்டிருப்பது?

சென்ற மாதம் ஒடிஸா போயிருந்தேன். அப்போது அங்கே இருந்த அத்தனை பேரும் அமேஸான் மூலம் Morgue Keeper-ஐப் படித்திருந்தார்கள். படித்ததோடு மட்டும் இல்லை. அந்தத் தொகுப்பில் உள்ள Stalking Shadows என்ற கதையை ஒடியா மொழியில் மொழிபெயர்த்து ஒரு பிரபலமான பத்திரிகையில் வெளியிட்டும் இருந்தார்கள். நான் புபனேஸ்வர் சென்று இறங்கிய தினம் அந்தக் கதை வெளிவந்திருந்ததைக் கண்டேன்.

எனவேதான் சொல்கிறேன். தமிழில் எழுதினால்தான் இயங்கிக் கொண்டிருக்கிறேன் என்று அர்த்தமல்ல. கடந்த ஒன்றரை ஆண்டுகளாக மொழிபெயர்ப்பில்தான் ஈடுபட்டுக் கொண்டிருக்கிறேன். இதைச் சொன்னதும் நண்பர் கேட்டார். "அது மொழிபெயர்ப்பாளரின் வேலை அல்லவா? நீங்கள் ஏன் அதில் மெனக்கெடுகிறீர்கள்?"

நல்ல கேள்வி. ஆனால் பதில் அவ்வளவு சுலபம் அல்ல. என் எழுத்து மொழிபெயர்க்கப்படும் போது அதன் ஒவ்வொரு வார்த்தையையும் நான்தான் சரி பார்க்க வேண்டியிருக்கிறது. ஸீரோ டிகிரியின் மொழிபெயர்ப்பை எல்லோரும் கொண்டாடுகிறார்கள். அமெரிக்க வாசகர்கள் தமிழிலிருந்து மொழிபெயர்க்கப்படும் நவீன எழுத்தைத் தீண்டுவதே இல்லை. மொழிபெயர்ப்பு அவ்வளவு குப்பையாக இருக்கிறது. அசோகமித்திரனின் எழுத்தை வாராந்தரி ராணி பத்திரிகை மொழியில் ஆங்கிலத்தில் மொழிபெயர்த்தால் எப்படி இருக்கும்? அல்லது, மு. கருணாநிதி எழுதும் தமிழைப் போன்ற ஆங்கிலத்தில் மொழிபெயர்த்தால் எப்படி இருக்கும்? தமிழிலிருந்து ஆங்கிலத்தில் செல்லும் எல்லாமே அப்படித்தான் இருக்கின்றன. கல்யாண்ராமன் போன்ற ஒருசிலரின்

மொழிபெயர்ப்புகளே விதிவிலக்காக இருக்கின்றன.

இங்கே ஜெயகாந்தன், சுஜாதா, எஸ். ராமகிருஷ்ணன் போன்ற பல எழுத்தாளர்களின் படைப்புகள் செக், ரஷ்யன், ஸ்பானிஷ், ஃப்ரெஞ்ச், ஆங்கிலம் என்று பல மொழிகளில் மொழிபெயர்க்கப்பட்டிருக்கின்றன. ஆனால் என்ன பயன்? இவையெல்லாம் அந்தந்தத் தூதரங்களின் அலமாரிகளை மட்டுமே அலங்கரித்துக் கொண்டிருக்கின்றன. ஓரான் பாமுக் துருக்கி மொழியில் எழுதுகிறார். ஆனால் மொழிபெயர்க்கப்பட்ட எல்லா மொழிகளிலும் அவரைக் கொண்டாடுகிறார்கள். மிலோராத் பாவிச் செர்பிய மொழியில் எழுதுகிறார். ஆனால் மொழிபெயர்க்கப்பட்ட பல மொழிகளில் அவரை ஒரு அவதார புருஷனைப் போல் கொண்டாடுகிறார்கள். இப்படி நீங்கள் பெயர்களை அடுக்கிக் கொண்டே செல்லலாம். மிலன் குந்தேரா, இத்தாலோ கால்வினோ என்று நூறு பெயர்கள் இருக்கின்றன. ஆனால் பிற மொழியில் மொழிபெயர்க்கப்பட்ட ஒரே ஒரு தமிழ் எழுத்தாளனின் பெயர் வெளியே தெரிகிறதா சொல்லுங்கள்? சுஜாதாவின் கரையெல்லாம் செண்பகப் பூ என்ற நாவலின் ஃப்ரெஞ்ச் மொழிபெயர்ப்பை சென்னை அலியான்ஸ் ஃப்ரான்ஸேஸ் நூலகத்தில் பார்த்தேன். யாருடையும் கையும் படாமல் அப்பழுக்கு இல்லாமல் கிடக்கிறது பல வருடங்களாக. ஃப்ரெஞ்சில் மொழிபெயர்க்கப்பட வேண்டிய நாவலா அது?

இரண்டே காரணங்கள்தான் நண்பர்களே! ஒன்று, சரக்கு சரியில்லை. இரண்டு, மொழி கேவலமாக இருக்கிறது.

உதாரணமாக, சுந்தர ராமசாமியின் புளியமரத்தின் கதையின் ஆங்கில மொழிபெயர்ப்பை ஒரு வாக்கியத்தைக் கூட படிக்க முடியவில்லை. சு.ரா.வின் எழுத்து நடையில் ஒரு வசீகரம் இருக்கும். ஆனால் பேராசிரியரின் மொழிபெயர்ப்பில் அந்த வசீகரம் போய் விட்டது. சு.ரா.விடம் இருப்பதே அந்த வசீகரம் ஒன்றுதான். அதுவும் போய் விட்டால் பிறகு என்ன மிஞ்சும்? அம்பை என்ற எழுத்தாளரின் புதினங்களும் ஆங்கிலத்தில் கிடைக்கின்றன. எதுவுமே ஆங்கில வாசகரைக் கவரவில்லை. மஹாஸ்வேதா தேவி, சதத் ஹாஸன் மண்ட்டோ

போன்றவர்களைப் போல் ஒரு தமிழ் எழுத்தாளன் கூட தமிழக எல்லையைத் தாண்டவில்லை.

சரியான மொழிபெயர்ப்பாளர்கள் கிடைக்கவில்லை என்பதோடு, தமிழ் எழுத்தாளர்களும் பிற மொழியில் தங்கள் எழுத்து வருவது பற்றி ஆர்வம் கொள்ளவில்லை. தகுதியே இல்லாதவர்கள்தான் அதில் ஆர்வம் காட்டுகிறார்கள். உதாரணம், வைரமுத்து.

கடந்த ஆண்டுக்கு முந்திய ஆண்டு ஜெய்ப்பூர் இலக்கிய விழாவில் மாலை மதுபான விருந்தின் போது ஒரு நண்பருடன் பேசிக் கொண்டிருந்தேன். அப்போது எங்கிருந்தோ என்னைப் பார்த்து விட்டு வந்து அளவளாவினார் தெஹல்கா ஆசிரியர் தருண் தேஜ்பால். அப்போது என்னை அவசரமாகக் கடந்து சென்று கொண்டிருந்தார் வில்லியம் டால்ரிம்ப்பிள். ஹலோ சொன்னார். நானும் சொன்னேன். ஆனால் ஜெய்ப்பூரிலிருந்து நான் சென்னை திரும்பிய பிறகு டால்ரிம்ப்பிளிடமிருந்து எனக்கு ஒரு கடிதம் வந்தது; அன்றைய விருந்தின் போது என்னிடம் பேச முடியாமல் போனதற்கு வருத்தம் தெரிவித்து எழுதியிருந்தார்.

மாலை விருந்தின் போது ஏஷியன் ஏஜ் எடிட்டரும் நீண்ட நேரம் பேசிக் கொண்டிருந்தார். அந்த உரையாடலுக்குப் பிறகுதான் ஏஷியன் ஏஜில் தொடர்ந்து எழுதிக் கொண்டிருக்கிறேன்.

பிரிட்டனின் மிகப் பெரிய பதிப்பகத்திலிருந்து நான் ஆங்கிலத்தில் எழுதிய பேய்க் கதை ஜூனில் வெளிவருகிறது. அதை எடிட் செய்தவர் *Danel Olson* என்ற அமெரிக்கர். அவர்தான் என்னிடம் கதை கேட்டுக் கடிதம் எழுதினார். என்னோடு அதில் எழுதியிருக்கும் மற்றொரு இந்தியர் அமீத் சௌத்ரி.

ஸீரோ டிகிரியின் மொழிபெயர்ப்பை அமெரிக்க வாசகர்கள் கொண்டாடுகிறார்கள். மொழிபெயர்ப்பு போலவே தெரியவில்லை என்கிறார்கள். ஆனால் அந்த மொழிபெயர்ப்பில் கூட பல தவறுகள் உள்ளன. நேரமின்மை காரணமாக மொழிபெயர்ப்பில் நான் உடன் இருக்க முடியாததால்

ஏற்பட்ட தவறுகள் அவை. ஒரு இடத்தில் ”மர்ம உறுப்பு” என்று எழுதியிருப்பேன். அது ஆண்குறியைக் குறிக்கும் வார்த்தை. ஆனால் ஆங்கில மொழிபெயர்ப்பில் *”mysterious place”* என்று வந்திருக்கிறது. இது ஒரு உதாரணம். அதனால்தான் இப்போது ஒன்றரை ஆண்டுகளாக என் புனைகதைகளின் மொழிபெயர்ப்பில் ஒவ்வொரு வார்த்தையாக பூதக்கண்ணாடி அணிந்து கொண்டு சரி பார்த்துக் கொண்டிருக்கிறேன்.

என் கதைகளை மொழிபெயர்ப்பவர்கள் போதிய அனுபவமோ அதற்கான விசேஷத் தகுதியோ கொண்டவர்கள் அல்ல. என்னுடைய எழுத்தைப் படித்திருக்கிறார்கள்; என் மீது எல்லையற்ற அன்பு கொண்டிருக்கிறார்கள். ஆங்கிலமும் தெரியும். அவ்வளவுதான். மேலும், அவர்கள் கல்வி ஸ்தாபனங்களில் பணி செய்பவர்கள் அல்ல. ஸாஃப்ட்வேர் துறையில் பணியாற்றுபவர்கள். இத்தனைத் தடைகளை வைத்துக் கொண்டுதான் மொழிபெயர்த்துக் கொண்டிருக்கிறோம்...

மார்ச் 3, 2013

தமிழ் எழுத்தாளன் (4)

நான் முன்பு சென்று எழுதிக் கொண்டிருந்த சேமியர்ஸ் ரெஸ்டாரண்ட்டில் இப்போது கூட்டம் மிகுதியாகி டீக்கடை போல் ஆகி விட்டது. அதனால் இப்போதெல்லாம் ஒயிட்ஸ் சாலையில் உள்ள Amethyst-க்குச் சென்று கொண்டிருக்கிறேன். ஐரோப்பிய நாடு ஒன்றின் உணவு விடுதியைப் போல் இருக்கும்.

ஒருநாள் ராஜா என்ற வாசகர் எனக்கு ஒரு கடிதம் எழுதியிருந்தார்.

Dear Charu,

I hope you are doing well! Apologies for the long email.

A few months ago, I introduced myself to you (while I was in London) through "FB-Vasagar Vattam." I had posted something there and received some angry comments from you! Oddly, I was thrilled at that moment—it felt like I had received an autograph from you. Later, I apologized for my mistake and shared a bit about myself and how I was introduced to your writings. To my delight, you sent me a personal reply and asked me to write to you via email.

On a related note, I have a friend named Oana Bianca Oprescu from Bucharest, Romania (she's actually my client, as I work *for a software company). She is passionate about books and deeply fascinated by India—I told her about your writings and recommended that she buy Morgue Keeper on Amazon. She did, and after reading it, she shared her thoughts with me. Below are her comments (copied directly from our Gtalk chat):I wanted to tell u now*

When I was reading it, I felt a bit lost at times.

In the beginning, the intertwining of stories felt surreal, almost reminiscent of Kafka. What I liked most was the straightforwardness of the narrative—not overly "sweet" in descriptions. The way Perumal's love story was told stood out to me; it was realistic and grounded.

I appreciated how the love story was kept real, reflecting actual life. The SMS addiction portrayed in the story is quite common today, and it's not limited to India. I noticed the same during my visit to India two years ago. Friends—both boys and girls—would carefully craft their messages, choosing the perfect words and descriptions, all in an attempt to impress or show off.

What struck me most, however, was the morgue keeper himself. At one point, he openly admits that he keeps the job because of the bribes he receives when an actress dies and people come to have sex with the corpse. That revelation was shocking and deeply unsettling.

Personally, I've always been fascinated by morgues—at one time, I even wanted to become a doctor—and that made it more intriguing to see how the keeper perceived his work. The detailed descriptions of the bodies created a vivid, maze-like atmosphere. It felt as though I was wandering through a labyrinth, constantly shifting between life (via Perumal's love story) and death (via the corpses and their descriptions).

The narrative gives you a sense of suspension, as if you're dancing on the edge of both life and death without fully landing in either. It's an edgy and thought-provoking experience.

These are my thoughts after reading Morgue Keeper.

She asked me to send your "Zero Degree" as it is the only novel of yours available in English translation.

She's coming to Chennai on Feb 1st and will be here for five days and she wants to meet you. I know Charu, you are very busy nowadays in translations. I don't want to disturb you... but have a hope that you will spend ten minutes of your time to meet us.

She's telling me about a Romanian author called "Mircea Eliade" - Famous for History of Religions - the apprentice of Rabindranath Tagore.

He lived in India for some years and studied the religions and religious beliefs and yoga.

And he wrote a book called "Maitreyi" - This being his love story and how he fell in love with a beautiful intellectual Indian girl.

With love,

Raja.

ராஜா எழுதியபடி ஃபெப்ருவரி முதல் வாரத்தில் ஓனா இந்தியா வந்த போது சந்தித்தோம். எனக்குப் பிடித்த அமேத்திஸ்ட்டில்தான். ஆனால் அந்த இடத்துக்கு வந்து சேர ராஜா குழுவினருக்கு ரொம்ப நேரம் ஆகி விட்டது. ராஜாவுக்கு என் எழுத்து இன்னும் சரியாகப் புரிபடவில்லை போலும். ஒயிட்ஸ் ரோட்டில் அமேத்திஸ்ட் என்ற இடத்துக்குப் போக பலரிடமும் வழி கேட்டிருக்கிறார். யாருக்குத் தெரியும். எல்லோருமே கையை விரித்து விட்டார்கள். எனக்கு ஃபோன் போட்டுக் கேட்டிருக்கலாம். பயம், தயக்கம். என் மீது ஏன் பயம் கொள்கிறார்கள் என்று எப்போதும் எனக்குப் புரிவதில்லை. ஒரு மணி நேரம் தாமதமாக வந்து தாமதத்துக்குக் காரணம் சொன்ன போது, "நான் சொல்லும்

இடமெல்லாம் இங்கே உள்ள ஜனத்துக்குத் தெரியுமா? இதை அவர்களிடம் போய்க் கேட்கலாமா?" என்று கேட்டேன். அமேத்திஸ்ட்டில் அமெரிக்கர்களையும், ஐரோப்பியர்களையும், தமிழ் சினிமாக்காரர்களையும், மேல்தட்டு இளைஞர்களையும் - அதிலும் குறிப்பாகப் பெண்கள் - மட்டுமேதான் காண முடியும். மற்றவர்கள் இங்கே வர மாட்டார்கள். ஏன் பெண்கள் மட்டுமே என்றேன் என்றால், அமேத்திஸ்ட்டில் குடிக்க முடியாது.

மேலும், அமேத்திஸ்டைத் தாண்டிப் போய் விட்டால் பிறகு மவுண்ட் ரோடைச் சுற்றிக் கொண்டுதான் அந்த இடத்துக்கு வர வேண்டும். அரை மணி நேரம் ஆகும். ஒயிட்ஸ் ரோடு ஒற்றை வழிப் பாதை.

மேற்கண்ட கடிதத்தில் ஓனாவின் கருத்துக்களைப் பாருங்கள். இதற்குத்தான் ஆங்கிலத்தில் எழுதுவது. ராஜாவின் அறிமுகத்தால்தான் ஓனாவுக்கு என் எழுத்து அறிமுகமானாலும் அந்த எழுத்தோடு உடனடியாக அவரால் இணைந்து கொள்ள முடிந்திருக்கிறதே?

பொதுவாக நான் யாருக்காகவும் பத்து நிமிடத்துக்கு மேல் காத்திருக்க மாட்டேன். அன்றைய தினம் அப்படி இல்லாமல் நீண்ட நேரம் காத்திருந்து விட்டேன். ருமானியாவிலிருந்து விமானம் தாமதம். மட்டுமில்லாமல் புதியவர்களால் அமேத்திஸ்ட்டைக் கண்டு பிடிப்பது சிரமம். அன்றைய தினம் அமேத்திஸ்ட் முடியும் வரை இரண்டு மணி நேரத்துக்கு மேல் பேசிக் கொண்டிருந்தோம். எனக்காக ஓனாவின் தந்தையே வீட்டில் தயாரித்துக் கொடுத்த வோட்காவைக் கொண்டு வந்திருந்தார் ஓனா. மறுநாள் சாப்பிட்டுப் பார்த்தேன். அற்புதம். அமிர்தம்.

சரி, தமிழ்நாட்டில் எழுத்தாளனுக்கு மரியாதை இல்லை என்று நீண்ட காலமாகச் சொல்லி வருகிறேன். என் எழுத்தை மிகப் பெரிதாகக் கொண்டாடும் வாசக நண்பர்களுக்கு நான் சொல்வது புரியவில்லை.

இப்போது புரிவது போல் சொல்கிறேன், கேளுங்கள்...

மார்ச் 7, 2013

தமிழ் எழுத்தாளன் (5)

திரும்பவும் லஜ்ஜையுடனும் கூச்சத்துடனும்தான் எழுதுகிறேன். ஒரு விபச்சாரி கூட ஓசியில் வேலை பார்க்க மாட்டாள். இந்த உலகத்தில் எல்லா வேலைகளுக்கும் கூலி இருக்கிறது. ஆனால் தமிழ் எழுத்தாளனுக்கு மட்டும் கூலியே இல்லை. வெத்து ஓளு நித்திரைக்குக் கேடு என்பார்கள் கிராமப்புறங்களில். இந்த ஓலு கீலு என்ற வார்த்தைகளைப் படித்து விட்டு சாரு ஆபாசமாக எழுதுகிறான் என்று சில அன்பர்கள் அலறுவார்கள். அவர்களெல்லாம் வேஷதாரிகள். தமிழருவி மணியனின் காந்திய வேஷம் சன் டிவி நேரடி ஒளிபரப்பில் எப்படிக் கலைந்ததென்று உங்களுக்குத் தெரியும். உண்மையில் கிராமங்களில் மக்கள் வெளிப்படையாக இருக்கிறார்கள். அவர்களுடைய மொழியில் எதையும் அசிங்கம் என்று ஒதுக்குவதில்லை. செக்ஸ் பற்றிய கூச்ச உணர்வோ குற்ற உணர்வோ அவர்களிடம் இல்லை. நகர்ப்புறங்களில் வாழும் மத்தியதர மக்கள் மட்டுமே செக்ஸை ஆபாசமாகப் பார்க்கிறார்கள். அல்லது, பார்ப்பது போல் நடிக்கிறார்கள். இவர்கள் உண்மையிலேயே செக்ஸை ஆபாசமாக நினைத்தால் நீலப் படங்களை விட ஆபாசமாக இருக்கும் தமிழ் சினிமா குத்துப் பாடல் காட்சிகளை வீட்டில் குடும்பத்தோடு உட்கார்ந்து எப்படிப் பார்க்கிறார்கள்? சரி, அந்தப் பேச்சை விடுவோம். வெத்து ஓள் நித்திரைக்கு ஆகாது. ஓல் ஆ? ஓள் ஆ? எது சரி என்று தெரியவில்லை. மன்னியுங்கள். இதெல்லாம் கிராமப்புற வார்த்தைகள் என்பதால் அகராதியில் இராது.

ஆபாசம் என்பது வார்த்தையில் இல்லை; மனதில் இருக்கிறது. சரி, ஏன் இந்தப் பழமொழியைச் சொன்னேன் என்றால், வெத்தாக நான் செய்து கொண்டிருந்த தொலைக்காட்சி சினிமா விமர்சன நிகழ்ச்சிகளை நிறுத்திக் கொண்டு விட்டேன். முதலில் ஆட்டோ செலவைக் கூட ஏற்றுக் கொண்டுதான் அந்த நிகழ்ச்சியைச் செய்து வந்தேன். அவர்களின் அலுவலகத்துக்குச் செல்ல ஆட்டோவுக்கு 200 ரூ. ஆகும். திரும்ப 200 ரூ. மொத்தம் 400 ரூ. செலவு செய்துதான் அந்த சினிமா நிகழ்ச்சியைச் செய்து வந்தேன். ஆறு ஏழு நிகழ்ச்சி செய்திருப்பேன். அவந்திகா என் மனைவி அல்ல; என் தாய். அவள் என்னிடம் வந்து "ஏன் இவ்வளவு ஏமாளியாக இருக்கிறாய்?" என்று கேட்டாள்.

நான் அவளிடம் சண்டைக்குப் போனேன். "நீயெல்லாம் ஒரு ஆன்மீகவாதியா? நம்மிடம் இருக்கும் ஞானத்தை மற்றவர்களுக்குக் கொடுப்பதில் பைசா கணக்கெல்லாம் பார்க்கலாமா? ஒரு ஞானி செய்யும் காரியத்தை அல்லவா நான் செய்து கொண்டிருக்கிறேன்?" என்றேன்.

"மிகவும் சரி, ஆனால் ஞானிகளை சமூகம் கவனித்துக் கொண்டது. உன்னை யார் கவனித்துக் கொள்கிறார்கள், உன்னுடைய ஒன்றிரண்டு நண்பர்களைத் தவிர?"

பிறகு அவள் சொன்னதை யோசித்தேன். தொலைக்காட்சி சேனலை நடத்துபவர்கள் ஒன்றும் சமூக சேவை செய்வதற்காக நடத்தவில்லை. அது ஒரு வியாபாரம். அப்படி இருக்கும் போது நாமே ஏன் ஆட்டோவுக்குக் கூட செலவு செய்து கொண்டு போய் நிகழ்ச்சி செய்ய வேண்டும் என்று யோசித்தேன். பிறகு அவர்களே வண்டி அனுப்பினார்கள். இதுவரை சுமார் முப்பது சினிமா பற்றி பேசி இருக்கிறேன். சர்வதேச சினிமா பற்றிய மிக முக்கியமான ஆவணங்கள் அவை. சினிமாவைக் கற்றுக் கொள்ள விரும்பும் ஒவ்வொருவருக்கும் அந்தப் பேச்சுக்கள் பாடமாக அமையும். ஆனால் அந்த முப்பது நிகழ்ச்சிகளையும் இலவசமாகவே செய்து கொடுத்தேன். என்னுடைய ஏராளமான நேரம் இதில் விரயம். அதற்கெல்லாம் என்ன கூலி என்று எதுவும் இல்லை.

இந்த நிகழ்ச்சிக்கு - அரை மணி நேரம் - மற்ற சேனல்கள் முப்பதாயிரம் ரூபாயிலிருந்து ஒன்றரை லட்சம் வரை சம்பளம் கொடுக்கின்றன. நான் வெறும் ஐயாயிரம் கேட்டேன். சாத்தியமே இல்லை என்றார்கள். 'சரி, நிகழ்ச்சி மிகவும் பரவலாகப் போய்க் கொண்டிருக்கிறது. யார் யாரோ என்னிடம் அது பற்றி விசாரிக்கிறார்கள்' என்று நினைத்து, பணப் பிரச்சினையால் இது நின்று விடக் கூடாது என்ற நல்ல எண்ணத்தில் இரண்டாயிரம் தர முடியுமா என்று கேட்டேன். அதுவும் சாத்தியமாகாது என்று சொல்லி விட்டபடியால் இனிமேல் வின் டிவியில் நான் பார்த்த சினிமா நிகழ்ச்சியில் நான் பேச மாட்டேன். வரும் ஞாயிற்றுக்கிழமை ஹரிதாஸ் திரைப்படம் பற்றிப் பேசுவேன். அதோடு சரி.

ஒன்றரை மாதத்துக்கு முன்பு புதிய தலைமுறை தொலைக்காட்சியில் கலந்து கொண்ட நிகழ்ச்சிக்கு இப்போதுதான் என் முகவரி கேட்டுத் தொலைபேசி வந்தது. அதுவும் பத்து இருபது முறை விடாமல் அடமாக அவர்களுக்கு போன் போட்டுப் பேசிய பிறகு.

சென்ற வாரம் சன் தொலைக்காட்சியில் நிகழ்ச்சிக்கு அழைத்தார்கள். பணம் கொடுத்தால் மட்டுமே வர முடியும் என்றேன். சரி, தருகிறோம்; நீங்கள் கலந்து கொண்ட மற்ற இரண்டு நிகழ்ச்சிகளுக்கும் சேர்த்துத் தந்து விடுகிறோம் என்றார்கள். ஆஹா பேஷ் பேஷ் என்று சொல்லிக் கொண்டு சென்றேன். பேசினேன். (அந்த நிகழ்ச்சியில்தான் தமிழருவி மணியன் என்னை அவன் இவன் என்று அன்புடன் அழைத்ததை நீங்கள் கண்டீர்கள்!) ஆனால் பேசியபடி பணம் தரவில்லை. அது பற்றிய பேச்சே இல்லை. நிகழ்ச்சி ஒருங்கிணைப்பாளரிடம் பலமுறை இது பற்றிப் பேசினேன். ஏற்பாடு செய்கிறேன் என்றார். இப்போது தினம் மூன்று முறை வீதம் மெஸேஜ் அனுப்பிக் கொண்டிருக்கிறேன். காலையில் சற்று முன்னர்தான் ஒரு மெஸேஜ் அனுப்பினேன். மதியம் அனுப்ப வேண்டும்.

நண்பர்களே, வாசகர்களிடம் பணம் கேட்கிறேன் என்று என்னைப் பலரும் விமர்சிக்கிறார்கள். இண்டர்நெட்

பிச்சைக்காரன் என்று சொல்லி இழிவு செய்கிறார்கள். என் உழைப்புக்குக் கூலியே கொடுக்காவிட்டால் நான் என்னதான் செய்வது? விவேகானந்தர் நம் இந்திய சமூகத்துக்குப் பல நற்காரியங்களைச் செய்தார். அவர் ஏதாவது அலுவலகத்தில் போய் வேலை செய்து சம்பாதித்தாரா? அவருடைய செயல்பாடுகளுக்கான பணம் எப்படி வந்தது? மக்கள் கொடுத்தார்கள். அதற்குப் பெயர் பிச்சையா? ராமகிருஷ்ண் பரமஹம்சர் எடுத்தது பிச்சையா? மதர் தெரஸா எடுத்தது பிச்சையா? நான் மக்களுக்காக எழுதுகிறேன். மக்களுக்காகப் பேசுகிறேன். அவர்கள்தானே எனக்கு அன்னமிட வேண்டும்?

சரி, என்னை இழிவுபடுத்துபவர்களின் வாதத்தையே சரி என்று வைத்துக் கொள்வோம். மாமா வேலை பார்ப்பதை விட, சோரம் போவதை விட, ஊழல் செய்வதை விட பிச்சை எடுப்பது தவறு இல்லையே? சினிமா இயக்குனருக்கு ஒரு காலத்தில் நாம் வசனம் எழுதக் கூடும் என்ற காரணத்தினால் அவருடைய குப்பைப் படத்தை ஆஹா ஓஹோ உலக காவியம் என்று சொல்லலாமா? அது சோரம் போவதற்கு சமம் இல்லையா? உதாரணமாக, ஆதி பகவன் ஒரு குப்பை என்று எழுதினேன். ஐயோ, நாளைக்கு அமீரின் படத்துக்கு வசனம் எழுதும் வாய்ப்பு போய் விடுமே என்று அஞ்சி, அந்தக் குப்பையை ஆஹா ஓஹோ என்று புகழ்ந்து இருந்தால் நான் சோரம் போனவன் ஆவேன். இப்படித்தான் பாலாவின் அவன் இவன் படத்தை பத்து நிமிடம் கூடப் பார்க்க முடியாமல் ஓடி வந்து விட்டேன் என்று எழுதினேன். ஐயோ, நாளை பாலா நம்மை வசனம் எழுத அழைக்கும் வாய்ப்பு போய் விடுமே என்று அஞ்சி, அவன் இவன் படத்தைப் பற்றி எதுவுமே எழுதாமல் அமுக்கி அமுக்கிக் குசு விடுபவனைப் போல் உட்கார்ந்திருந்தால் நான் சோரம் போனவன் ஆவேன். நான் அப்படி இல்லையே? சமரசம் இல்லாமல் வாழ்கிறேன். அதனால் பிச்சை எடுக்கிறேன்.

இங்கே உள்ள தொலைக்காட்சி அலுவலகங்கள் மத்திய காலகட்டத்தின் துருக்கி சுல்தான்களின் அரண்மனைகளைப் போல் காட்சியளிக்கின்றன. ஆயிரம் கோடி ரூபாய்களில்

கட்டப்பட்டவை. ஆனால் ஒரு எழுத்தாளனுக்கு ஆயிரம் ரூபாய் கூலி கொடுக்க மூக்கால் அழுகிறார்கள்.

ஆனால் மற்ற மாநிலங்கள் எப்படி இருக்கின்றன? சமீபத்தில் புபனேஸ்வர் சென்று வந்தேன். விமான நிலையத்தில் இறங்கியவுடனே என் கதை அங்கே உள்ள பிரபலமான *Sambad* என்ற நாளிதழில் வந்திருந்தது. அந்தக் கதை *Amazon Kindle* மூலம் வெளிவந்த *Morgue Keeper* தொகுப்பில் உள்ளது. நான் வரும் செய்தி தினசரிகளில் இரண்டாம் பக்கத்தில் முழுப்பக்க செய்தியாக - அதாவது என்னைப் பற்றி ஒரு பக்க அளவில் கட்டுரையாக - வந்திருந்தது. அதில் *Morgue Keeper* தொகுப்பில் நான் கொடுத்திருந்த பேட்டியும் இருந்தது. அந்தப் பேட்டி *Tishani Doshi* எடுத்தது. ஆக முதல் நாளே ஒடிஸா முழுவதும் நான் யார் என்று தெரிந்து விட்டது.

மறுநாள் கருத்தரங்கில் நான் கலந்து கொண்டது பத்திரிகைகளின் முதல் பக்கத்தில் வெளிவந்தது. ஏதாவது புரிகிறதா? அல்லது, நான் ஏதாவது உளறுகிறேன் என்று நினைக்கிறீர்களா? பத்திரிகைகள் என் கைவசம் உள்ளன. அந்தப் புகைப்படங்களை நகல் எடுத்து சாரு ஆன்லைனில் வெளியிடும் தொழில்நுட்பம் எனக்குத் தெரியவில்லை. முதல் பக்கத்தில் பத்திரிகையின் பெயருக்குக் கீழே நான் கருத்தரங்கைத் துவக்கி வைத்து குத்துவிளக்கு ஏற்றும் புகைப்படம் வந்தது. அடுத்த பக்கத்தில் அந்தக் கருத்தங்கில் நான் பேசிய பேச்சு விவரம் அரைப்பக்கம் வந்திருந்தது.

அன்றைய இரவு ஒடியா எழுத்தாளர்களுடன் ஒரு கலந்துரையாடல் நிகழ்ச்சி. மேடையில் இருந்த தலைவர் சௌம்யா ரஞ்சன் பட்நாயக் அங்கே இருந்த நூறு பேரையும் பெயர் சொல்லி எனக்கு அறிமுகம் செய்தார். பெயர் மட்டும் அல்ல; அவர்களின் உத்தியோகம், எழுதிய புத்தகங்கள் போன்ற விவரங்கள் அனைத்தையும் சொன்னார். அவர்கள் ஒவ்வொருவரும் யார் தெரியுமா? ஒருவர் ஒரு பல்கலைக்கழகத்தின் துணைவேந்தர். பலரும் பல துறைகளில் பேராசிரியர்கள். ஒருவர் மனோதத்துவ நிபுணர். ஒருவர் அந்த

மாநிலத்தின் அமிதாப் பச்சன். ஒடிய மொழி சினிமாவின் சூப்பர் ஸ்டார் அந்த இலக்கியக் கருத்தரங்கில் வந்து ஒரு ஓரமாக உட்கார்ந்திருக்கிறார். மூன்று மணி நேரம் நடந்த அந்த விவாதத்தில் மனிதர் ஒரு பேச்சு பேசவில்லை. நாங்கள் பேசியதை எல்லாம் கேட்டபடியே இருந்தார். இங்கே ரஜினியோ கமலோ அப்படி இருப்பார்களா? அவர்களை அல்லவா சிவப்புக் கம்பளம் விரித்து இலக்கிய நிகழ்ச்சிக்கு அழைக்க வேண்டியிருக்கிறது? ராமகிருஷ்ணனின் புத்தக வெளியீட்டு நிகழ்வுக்கு ரஜினிகாந்த் வந்தாரே, அது எப்படி இருந்தது என்று அப்போது நினைத்துப் பார்த்தேன். ஒடிஸாவின் அமிதாப் பச்சன் என்கிறார்கள்... அவர் அந்த இலக்கிய நிகழ்வுக்கு வந்து ஒரு ஓரத்தில் மூன்று மணி நேரம் உட்கார்ந்திருக்கிறார். கவனியுங்கள், நானும் பட்நாயக்கும் மேடையில் அமர்ந்திருக்கிறோம். அவர் கீழே - அதிலும் முதல் வரிசையில் அல்ல - நடுவாந்திரத்தில் ஏதோ ஒரு இடத்தில் அமர்ந்திருந்தார்.

இன்னொருவர் அந்த மாநிலத்தின் தலைமைச் செயலாளர். இன்னொருவர் மந்திரி. இப்படியே நூறு பேர் அமர்ந்திருந்தனர். நண்பர்களே, எழுத்தாளர்களைக் கொண்டாடுவது என்றால் இதுதான். அந்த மாநிலத்தின் ஒட்டு மொத்த புத்திஜீவிகளும் அங்கே இருந்தனர். இங்கே இப்படி நடக்குமா? நடக்கும். கமல்ஹாஸன் பேசினார் என்றால் நடக்கும். எழுத்தாளனுக்கு நடக்காது. காமராஜர் அரங்கத்தில் என் புத்தக வெளியீட்டு விழாவுக்கு இரண்டாயிரம் பேர் வருகிறார்கள். அதுவே செய்தியாக வருவதில்லையே?

சமீபத்தில் ஹிண்டுவில் ஒரு இலக்கிய விழா நடந்தது. நாகேஸ்வர ராவ் பூங்காவில் என்னோடு நடந்து கொண்டிருந்தவர் “நீங்கள் போகவில்லையா?” என்று கேட்டார். நான் அழைக்கப்படவில்லை என்றேன்.

சரி, இப்போது உண்டியல் விஷயம். ஒரு எழுத்தாளன் உண்டியல் குலுக்குவதே ரொம்பவும் அவமானகரமான காரியம். அவனுக்கு அல்ல; சமூகத்துக்கு. அதைப் போய் ஒருத்தர் கிண்டல் செய்து எழுதினார் என்றால் அது அவமானத்திலும் அவமானம்

அல்லவா? அதனால்தான் இயற்கைக்கே பொறுக்காமல் அவர் ஜெயிலுக்குப் போய் வந்தார். ஒரு பாடகியைப் பற்றி அவதூறாக எழுதி விட்டு ஜெயிலுக்குப் போய் அவமானப்பட்டாரே, அந்த நபர்தான் நான் உண்டியல் குலுக்கும் போதெல்லாம் அதைக் கிண்டல் செய்து எழுதினார். நான் அப்போது நினைத்துக் கொள்வேன். உன் அப்பனைப் பிச்சை எடுக்க வைத்ததே தப்பு. அதில் நக்கல் வேறா என்று. ஏனென்றால் நேற்றுதான் ஆனா ஆவன்னா என்று பேனா எடுத்து எழுத வந்திருக்கும் கொடுக்கு அது. அதற்குள் அப்பனைக் கிண்டல் செய்கிறது! போகட்டும்.

மார்ச் 8, 2013

தமிழ் எழுத்தாளன் (6)

ஒடிஸாவின் புபனேஸ்வரில் ஒருநாள் மாலையில் நடந்த இலக்கியச் சந்திப்பு பற்றிக் குறிப்பிட்டிருந்தேன். அந்தச் சந்திப்பு ஒரு ஐந்து நட்சத்திர விடுதியில் நடந்தது. அங்கே குழுமியிருந்த நூறு பேரையும் அறிமுகப்படுத்திய சௌம்யா பட்நாய்க் தன்னை யார் என்று அறிமுகப்படுத்திக்கொள்ளவில்லை. பிறகுதான் தெரிந்தது, அவர் ஒடிஸாவில் இரண்டு முறை முதல் மந்திரியாக இருந்த பிஜு பட்நாயக்கின் மருமகன் என்று. இங்கே என்ன நடக்கிறது என்று நான் சொல்லி உங்களுக்குத் தெரிய வேண்டியதில்லை. சௌம்யா பட்நாயக்தான் என்னை ஒடிஸாவுக்கு வரவழைத்தவர். என்னை ஐந்து நட்சத்திர விடுதியில் தங்க வைத்ததோடு மட்டும் அல்லாமல் அங்கே நீங்கள் எவ்வளவு வேண்டுமானாலும் செலவு செய்து கொள்ளலாம் என்றும் சொல்லி விட்டனர். சௌம்யா பட்நாயக்தான் ஸாம்பாத் பத்திரிகையின் அதிபர்; மேலும் ஸாம்பாத் நிறுவனம் நான்கைந்து தொலைக்காட்சி சேனல்களையும் நடத்துகிறது. ஒடிஸாவின் முதன்மைத் தொலைக்காட்சி ஸாம்பாத். மட்டுமல்ல; அந்த நிறுவனம் சினிமாப் படங்களும் தயாரிக்கிறது.

என்ன சொல்ல வருகிறேன் என்று புரிகிறதா? ஏற்கனவே என் மீது கொலைவெறியோடு இருக்கிறார்கள் என்பதால் சூசகமாக எழுதுகிறேன். நாலைந்து தொலைக்காட்சி சேனல்கள்; ஒரு தினசரி; சினிமா தயாரிப்பு; இன்னும் என்னென்னவோ.

இவர்கள்தான் ஸாம்பாத் என்ற பெயரில் ஒரு இலக்கியப் பத்திரிகையும் நடத்துகிறார்கள். அதே பெயரில் பதிப்பகமும் உள்ளது. ஆசிரியர் கௌரஹரி தாஸ்.

இங்கே மயிலாப்பூரில் ஒரு சீனியர் ஃப்ரெஞ்ச் பேராசிரியரிடம் ஒருமுறை பேசிக் கொண்டிருந்தேன். தமிழ்ப் பெண்மணி. அவருக்குத் தமிழ் எழுத்தாளர்களில் வைரமுத்து, சுஜாதா ஆகிய பெயர்களைத் தவிர வேறு எந்தப் பெயரும் தெரியவில்லை. சரி, ஃப்ரெஞ்ச் இலக்கியத்திலாவது அளவளாவலாம் என்று பார்த்தால் விக்தர் யூகோவுக்குப் பிறகான எந்தப் பெயரும் அவருக்குத் தெரியவில்லை. அது சரி நண்பர்களே, இங்கே உள்ள தமிழாசிரியர்களுக்கு அசோகமித்திரன், இந்திரா பார்த்தசாரதி போன்ற சமகால எழுத்தாளர்களைத் தெரியுமா என்ன? பாரதியார் பெயர்தானே தெரிந்திருக்கும்? அதுபோல அந்த ஃப்ரெஞ்ச் பேராசிரியருக்கு விக்தர் யூகோ.

ஸாம்பாத் நிறுவனம்தான் ஒவ்வொரு ஆண்டும் பிறமொழி எழுத்தாளர்களை ஒடிஸாவுக்கு அழைத்து கௌரவப்படுத்துகிறது. "இங்கே வராத இந்திய எழுத்தாளரே இருக்கக் கூடாது" என்றார் கௌரஹரி தாஸ். புபனேஸ்வருக்குப் போய் அவர்களின் அன்பு மழையில் நனையாத இந்திய எழுத்தாளரே இல்லை போல் இருக்கிறது. அந்த அளவுக்கு ஒவ்வொரு ஆண்டும் அழைத்துக் கொண்டிருக்கிறார்கள். வெறும் கையோடு அனுப்பக் கூடாது என்று ரேமண்ட்ஸில் மிகவும் விலையுயர்ந்த பேண்ட் சட்டை வேறு. கையில் வேறு 5000 ரூ. பணம். விமானத்தில் பயணம். ராஜ உபசாரம்.

ஒரு எழுத்தாளனுக்கு ஒடிஸாவில் கிடைக்கும் மரியாதை இது. கல்லூரிகளுக்குப் போனால் மாணவ மாணவிகள் என் காலில் விழுந்து வணங்குகிறார்கள். வட இந்தியாவில் இது சகஜம்தான் என்றாலும் எழுத்தாளனை ஒரு குருவைப் போல் மதிப்பது அவர்களின் ஒவ்வொரு நடவடிக்கையிலும் விசேஷமாகத் தெரிந்தது. ஒரு எழுத்தாளர் என்னை மாலை விருந்துக்கு அழைத்தார். நட்சத்திர ஓட்டலில் மது விருந்து. அங்கே இளம் எழுத்தாளர்களையும் சந்தித்தேன். கொஞ்சம்

மார்க்சீயமும் தலித்தியமும் தென்படுகிறது. ஆனால் யாரும் அங்கே தமிழ் எழுத்தாளனைப் போல் பிச்சை எடுக்கவில்லை. இங்கே நீங்கள் சினிமாக்காரர்களைக் கொண்டாடுவது போல் அங்கே எழுத்தாளர்களைக் கொண்டாடுகிறார்கள்.

எழுத்தாளர் சந்திப்பில் நான் பேசிய பேச்சு அடுத்த நாள் தினசரிகளில் அரைப் பக்கம் வந்திருந்தது, புகைப்படத்துடன்.

மார்ச் 8, 2013

தமிழ் எழுத்தாளன் (7)

நான்தான் ஸீரோ டிகிரி நாவலை எழுதிக் கொடுத்தேன் என்று சொன்ன ஒரு நபர் திடீரென்று அவர் இருந்த உயரத்திலிருந்து வீழ்ந்து, குடும்பத்தால் துரத்தப்பட்டு, அனாதையாகி, சோற்றுக்கே வழியில்லாமல் தெருத்தெருவாக அலைந்து கடைசியில் என்னிடமே வந்து, "ஒரு வேலை வாங்கித் தர முடியுமா?" என்று கேட்டார். அவர் யார் யாரைச் சார்ந்து இருந்தாரோ அவர்களால் கைவிடப்பட்டு நடுத்தெருவுக்கு வந்தார்.

Poetic justice. முற்பகல் செய்தால் பிற்பகல் விளையும். அவ்வளவுதான். நீங்கள் கடவுளை நம்பாதவராகக் கூட இருக்கலாம்.

நான் யாருக்கும் தீங்கு நினைக்காதவன். என்னை ஒருவர் தொலைக்காட்சி நிகழ்ச்சியில் அவன் இவன் என்று ஏசிய போதும் அதைப் புன்னகையோடு எதிர்கொண்டவன்.

இப்போது ஹரிஹரன் என்ற அன்பர் எனக்கு ஒரு ரூபாய் அனுப்பி ஒரு கடிதமும் அனுப்பியிருக்கிறார். அந்தக் கடிதம்:

டியர் சாரு,

உங்க புலம்பல் படிச்ச அடுத்த கணம்... அய்யோ நம்ம பவர் எழுத்தாளர் இவ்ளோ கஷ்டப்படுறாரே என்று மனம் வெதும்பி, உங்களுக்கு அனுப்பி வைச்ச பணம் ... !! ரெமி

வால்ட்டேரை எப்படி நாம் கைது செய்ய முடியும்?

மார்ட்டினுக்கு இல்லாட்டிநாலும் நார்த்தங்காய் ஊறுகாய் வாங்கவாவது பயன்படும்.

அமௌன்ட் கிரெடிட் ஆயிடுச்சான்னு கன்பார்ம் பண்ணிடுங்க. பாத்து சூதனமா செலவு பண்ணுங்க தலைவரே..!!

ஹரிஹரன்

மார்ச் 8, 2013

தமிழ் எழுத்தாளன் (8)

என் நண்பர் ஒருவர் மிக அன்புடனும் ஆதங்கத்துடனும் சொன்னார், "இப்படி நீங்கள் பணம் கேட்டு எழுதுவது எனக்குப் பிடிக்கவில்லை" என. எனக்கு மட்டும் பிடித்தா எழுதுகிறேன்? இங்கே என்னுடைய புத்தகங்கள் ஆயிரக்கணக்கில் விற்றால் நான் ஏன் கையேந்துகிறேன்? லேண்ட்மார்க் சென்று பாருங்கள். யாரோ ஒருவர் சிவபெருமானை வைத்து எழுதிய நாவல் ஆயிரக்கணக்கில் அடுக்கி வைக்கப்பட்டுள்ளது. தினசரிகளைக் கூட படிக்காதவர்களின் வீடுகளில் எல்லாம் இந்தப் புத்தகம் இருக்கிறது. ஆனால் தமிழில்? எழுத்தாளனுக்கு வரும் ராயல்டி பணம் டூத் பேஸ்ட் செலவுக்குக் கூட காணாது. தொலைக்காட்சி சேனல்களோ ஓசியில் நிகழ்ச்சி செய்து கொடுங்கள் என்கின்றன.

இன்றைய தினம் என் அமெரிக்க நண்பரிடம் எக்ஸைல் மொழிபெயர்ப்பை எடிட் செய்து தர முடியுமா என்று கேட்டேன். கட்டணம், ஒன்றரை லட்சம் ரூபாய் ஆகும் என்றார். எக்ஸைல் ஒரு லட்சம் வார்த்தைகள் உள்ள நாவல். எடிட் செய்வதற்கு இந்தக் கட்டணம். முழுமையாக மொழிபெயர்ப்பதாக இருந்தால் பத்து லட்சம் ரூபாய் கேட்பார்கள். ஒருக்கணம் எனக்கு மூச்சு நின்று வந்தது. உலகம் பூராவும் எழுத்தாளர்களின் கட்டணம் இப்படித்தான் இருக்கிறது.

அதே சமயம் வேறு விதமான கொண்டாட்டமும் இருக்கிறது.

இந்தக் கடிதத்தைப் பாருங்கள்.

அன்புள்ள சாரு,

என் பெயர் சரவணன். ஒரு சாஃப்ட்வேர் நிறுவனத்தில் பணி புரிகிறேன். உங்கள் வாசகர் வட்டத்தில் புதிதாக இணைந்துள்ளேன். சபரிமலைக்கு செல்லும் கன்னி சாமிக்கு எந்த அளவுக்கு பக்தியும், ஆனந்தமும் இருக்குமோ அந்த அளவு உங்கள் எழுத்துக்களில் நான் ஆச்சர்யத்தையும், மகிழ்ச்சியையும் உணர்கிறேன். எளிய நடை, கதாபாத்திரங்களின் தன்மைக்கு ஏற்ற பேச்சு மொழி, கவிதைகள், கவிதைகளுக்கு ஏற்ற கதைக்களம், மனதைக் கட்டிப் போட்டு உட்கார வைக்கும் வசிய மொழி, இன்னும் எவ்வளவோ சொல்லலாம் சாரு உங்களின் எழுத்துகளைப் பற்றி. கடந்த பத்து வருடங்களாக நான் எப்படி உங்களின் எழுத்துகளை அறியாமல் போனேன் என்று தெரியவில்லை. இனிமேல் விடுவதாக இல்லை. ஆமாம், நான் உங்களுடைய அனைத்து புத்தகங்களையும் வாங்கலாம் என்று முடிவெடுத்து செயல்படுத்தும் வேலையில் இறங்கிவிட்டேன். அதில் ஒன்று எனது நண்பன் ராஜாவிடம் ஸீரோ டிகிரி வாங்குவது.

ஒரு மாதத்திற்கு முன்னால் நான் எனது நண்பர்கள் ராஜா மற்றும் Oana ஆகியோருடன் உங்களை அமேதிஸ்ட் ஹோட்டலில் சந்தித்துள்ளேன். அன்று நான் உங்களிடம் வணக்கம் சொன்னதோடு சரி, ஒரு வார்த்தை கூட பேசவில்லை. மன்னிக்க வேண்டும் சாரு. அப்போதுதான் நான் உங்களின் எழுத்துகளைப் படிக்க ஆரம்பித்திருந்த நேரம். உங்களைப் பற்றியும், உங்களின் எழுத்துகளைப் பற்றியும் ஒன்றும் தெரியாமல் எப்படிப் பேசுவது என்று ஒருவகையான பயம். ஆனால் பொதுவாக நான் நிறைய பேசுவேன். அடுத்த சந்திப்பில் கண்டிப்பாக உங்களிடத்தில் நிறைய பேசுவேன். தவறாக நினைக்க வேண்டாம் சாரு.

உங்களைச் சந்தித்த அடுத்த நாள், நான், ராஜா மற்றும் Oana மூவரும் கேரளா சென்றோம். அங்கு டிவி யில் ஜெயராம் நடித்த ஒரு திரைப்படம் பார்த்துக் கொண்டிருந்தேன். Oana

ஒவ்வொரு காட்சிக்கும் அர்த்தம் கேட்டுக் கொண்டிருந்தார். அங்கு இருவர் எங்களைப் பார்த்துக் கொண்டிருந்தார்கள். ஏதோ ஒரு விசயத்திற்காக ராஜா உங்களின் பெயரைச் சொன்னார். அந்த இருவரும், உடனே நீங்கள் சாரு நிவேதிதா பற்றி சொல்லுகிறீர்களா என்று ஆச்சர்யத்துடன் கேட்டார்கள். நாங்கள் முதல்நாள் உங்களுடன் எடுத்த புகைப்படத்தைக் காண்பித்தோம். பின்பு அவர்கள் உங்களைப் பற்றி முப்பது நிமிடம் பேசினார்கள், உங்களின் போராட்டம், எழுத்துக்கள், இன்னும் பல. அவர் பெயர் ரெனி. National Confideration of Human Rights Organization-இன் தேசியச் செயலாளர். அந்த முப்பது நிமிடங்கள் நாங்கள் உங்களோடு புகைப்படத்தில் இருந்த காரணத்தினால் மிகுந்த மரியாதையாக பேசினார். You are really great என்று உணர்ந்த தருணம் அது. அன்று நான் உங்களைப் பற்றி அறிய இன்னும் கொஞ்சம் வேகமாக முன்னேறினேன். அலுவலகத்தில் சாப்பிடும் போது, தேநீர் இடைவேளையின் போது, இப்படி நேரம் கிடைக்கும் போதெல்லாம் உங்களைப் பற்றி பேசிக்கொண்டே இருப்போம் நானும் ராஜாவும்.

நன்றி சாரு.
சரவணன்.

மார்ச் 9, 2013

தமிழ் எழுத்தாளன் (9)

மதுவிலக்குக்கு எதிராகப் பேசும் ஒரே ஆள் தமிழகத்தில் நான்தான் என்று நினைக்கிறேன். அதன் காரணமாக தொலைக்காட்சி சேனல்களில் மதுவிலக்கு பற்றி விவாதம் நடக்கும் போது என்னை அழைக்கிறார்கள். அப்படியே சன் டிவியிலும் அழைத்தார்கள். "பணம் கொடுத்தால்தான் வருவேன்; இல்லாவிட்டால் முடியாது; தொலைக்காட்சியில் என் முகத்தைக் காண்பிப்பதிலும் எனக்கு விருப்பம் இல்லை; என்னைத் தொந்தரவு செய்யாதீர்கள்" என்று கறாராகச் சொன்னேன். "அப்படிச் சொல்லாதீர்கள். நீங்கள் முன்பு கலந்து கொண்ட இரண்டு நிகழ்ச்சிகளுக்கும் இன்றைய நிகழ்ச்சிக்கும் சேர்த்தே கொடுத்து விடுகிறோம்," என்றார்கள். சரி என்று கலந்து கொண்டு பல தினங்கள் ஆகின்றன. இன்னும் பணம் கொடுக்கவில்லை. தினம் தினம் மெஸேஜ் அனுப்பியும் தொலைபேசியில் பேசியும் ஞாபகப்படுத்தினேன். என் தொல்லை தாங்க முடியாமலோ என்னவோ எந்தப் பெயருக்கு செக் வேண்டும் என்று கேட்டு ஒருநாள் ஒரு போன் வந்தது. சரி, நடவடிக்கை எடுக்கிறார்கள் என்ற நம்பிக்கையில் நானும் மெஸேஜ் செய்வதை நிறுத்தினேன். அவ்வளவுதான். செக் வரவில்லை. என் வாயை அடைப்பதற்காக அப்படிக் கேட்டிருக்கிறார்கள் என்று இப்போது தோன்றுகிறது.

மார்ச் 11, 2013

தமிழ் எழுத்தாளன் (10)

எல்லாருடனும் சண்டை போடுகிறேன் என்று நினைக்காதீர்கள். தொலைக்காட்சி சேனல்களில் வேலை செய்யும் துப்புரவுத் தொழிலாளிக்கு சம்பளம் கொடுக்கிறார்கள்தானே? அப்புறம் ஏன் எழுத்தாளனுக்கு மட்டும் நாமத்தைப் போட்டு அனுப்புகிறார்கள்? என் கூலியைக் கேட்டால் சண்டைக்காரன் என்று அர்த்தமா?

எனக்கு நடந்த இன்னொரு சம்பவத்தைச் சொல்கிறேன், கேளுங்கள். ஒரு பத்திரிகை ஆசிரியர் படம் எடுக்கப் போவதாகச் சொல்லி என்னை அணுகி நீங்கள்தான் திரைக்கதையும் வசனமும் எழுத வேண்டும் என்றார். சரி என்றேன். டிஸ்கஷனுக்காக பதினைந்து தினங்கள் சின்மயா நகர் சென்றேன். ஒரு முறை சென்று வர ஆட்டோவுக்கு 500 ரூ ஆயிற்று. போக 250; வர 250. ஒரே ஒரு நாள் பத்திரிகை ஆசிரியரே என்னை வீட்டுக்குக் கொண்டு வந்து விட்டார். ஒவ்வொரு விவாதத்துக்கும் ஆறு மணி நேரம் ஆயிற்று. நேரத்தை விடுங்கள். எனக்குக் கெட்ட நேரம். ஆட்டோவுக்குப் பணம் கொடுக்க வேண்டுமா வேண்டாமா? ஐந்து நாட்கள் சென்றதும், "எனக்கு முன்பணம் கூட அப்புறம் கொடுங்கள்; தினமும் ஆட்டோவுக்குப் பணம் கொடுத்து விடுங்கள்" என்று கேட்டேன். அதைக் கேட்க எனக்கு ரொம்பவும் கூச்சமாக இருந்தது. இருந்தாலும் கைக்காசு கரைந்து கொண்டே போனதால் கேட்டேன். அவரோ ஓரிரு நாளில்

அக்கவ்ண்டண்ட் போட்டு விடுவோம், அவர் கொடுத்து விடுவார் என்றார். சின்மயா நகரில் ஆபீஸூம் போட்டு விட்டார். அதனால் பணம் கிடைக்கும் என்று நினைத்து பதினைந்து நாட்களும் சென்று கொண்டிருந்தேன். திடீரென்று படம் எடுக்கும் திட்டத்தைக் கைவிட்டு விட்டார் பத்திரிகை ஆசிரியர். தயாரிப்பாளர் தயாராக இல்லையாம்.

பதினைந்தை ஐநூறால் பெருக்கினால் எவ்வளவு வரும்? 7500 ரூபாயும் பல மணி நேரங்களும் எனக்கு வீண். சரி, படத் திட்டம் ரத்தாகி விட்டது என்று சொல்லி அந்த ஆபீஸ் கட்டிடத்துக்கு வாடகை கொடுக்காமலா இருப்பார்? மரியாதையாக என் ஆட்டோ செலவுக்கான பணத்தை ஒருவரிடம் கொடுத்து அனுப்பி இருக்க வேண்டாமா?

இந்தியா டுடே ஆசிரியர் ஆனந்த் நடராஜன்தான் நான் குறிப்பிடும் நண்பர். இதை வெளியே சொன்னால் நான் கெட்டவன்? அப்படியா? ஏனய்யா, நீங்கள் ஒரு கடையில் போய் இட்லி சாப்பிட அமர்கிறீர்கள். ஆர்டர் கொடுத்தாயிற்று. உடனே உங்களுக்குக் கொல்லைக்கு வந்து விடுகிறது. கிளம்பி விடுகிறீர்கள். காசு கொடுத்து விட்டுத்தானே கிளம்புவீர்கள். நான் சாப்பிடவில்லையே என்றா விவாதிப்பீர்கள்? கடைக்காரன் செருப்பால் அடிக்க மாட்டானா? நான் முன்னாலேயே பணம் கேட்டிருக்காமல் இருந்தாலாவது பரவாயில்லை. தினம் தினம் எனக்கு ஐநூறு ரூபாய் ஆகிறது என்று சொல்லி வேறு இருக்கிறேன்.

அக்கவ்ண்டண்ட் தருவார் என்று சொல்லி இருக்கிறார். படம் ஆரம்பமாகாமலேயே புட்டுக்கொண்டு விட்டால் எனக்குப் பட்டை நாமம்.

எப்படி இருக்கிறது பாருங்கள் உலகம்.

மார்ச் 11, 2013

தமிழ் எழுத்தாளன் (11)

இரண்டு சம்பவங்கள் பசுமரத்தாணி போல் நினைவில் இருக்கின்றன. பத்து ஆண்டுகளுக்கு முன்னால் அடிக்கடி சேட்டுக் கடைக்குப் போய்க் கொண்டிருப்பேன். என் புதல்வன் கார்த்திக்கின் படிப்புக்காகவும் குடும்பச் செலவுக்காகவும். நடுத்தர வர்க்கத்தில் பலருக்கும் அது பழக்கமானதுதான் என்றாலும் எனக்கு அது ஒரு வித்தியாசமான அனுபவமாக இருக்கும். இதை நான் முன்பே எழுதியிருக்கிறேன் என்றாலும் இப்போது எழுதத் தோன்றுகிறது.

அப்போது நான் சின்மயா நகர் என்ற அக்கிரமமான ஊரில் குடியிருந்தேன். அப்போது அந்த இடம் போரில் சின்னாபின்னமான ஆஃப்கன் தேசத்து ஊரைப் போல் இருக்கும். சேட்டுக் கடையின் உள்ளே நுழைந்ததுமே சேட்டு என் பெயர், தந்தையார் பெயர் எல்லாவற்றையும் என் முகவரி உட்பட ரசீதில் எழுதி விட்டு, "பணம் எவ்வளவு வேண்டும்?" என்று கேட்பார். அவருக்கு என் ஜாதகமே மனப்பாடம் ஆகும் அளவுக்கு அடிக்கடி அவரிடம் சென்று கொண்டிருந்தேன்.

இன்னொரு முறை இது நடந்து ஏழெட்டு ஆண்டுகள்தான் இருக்கும். என் தந்தை என்னைப் பார்க்க சின்மயா நகர் வருவதாக போனில் சொன்னார்கள். பார்த்து அப்போது ஒரு ஆண்டு ஆகியிருக்கும். இங்கே இருக்கும் வேங்கைவாசலில்தான்

ஜாகை. “இருங்கள், ஒரு நிமிஷம் கேட்டுச் சொல்கிறேன்” என்று அவந்திகாவிடம் கேட்டேன். “இந்த ஞாயிறு வேண்டாம்; அடுத்த ஞாயிறு வரச் சொல்லு” என்றாள் அவந்திகா. நானும் என் தந்தையிடம் அதையே சொன்னேன். “இல்லடா, இப்பவே வர்றேன். பார்க்கணும் போல இருக்கு... பார்த்து பல மாசம் இருக்குமே...” என்றார்கள். “இல்ல நைனா... நான் ஒரு கூட்டத்துக்காக வெளியூர் போறேன்... அடுத்த வாரம் வாருங்கள்,” என்று பொய் சொல்லி விட்டேன்.

நான் குடும்ப விஷயங்களில் அவந்திகாவைக் கேட்காமல் ஒரு விஷயம் கூட செய்ய மாட்டேன். அவள்தான் குடும்பத்தின் அச்சாணி. அவளை மீறி ஒரு அணுவும் அசையாது. இது அவளாக ஏற்படுத்திக் கொண்டது அல்ல. நானாகச் செய்தது. ஆனால் அவள் அன்று அப்படிச் சொன்னதும் எனக்கு மிகவும் வருத்தம் ஆகியது. எவ்வளவுதான் நமக்கு வேலை இருந்தாலும் அதை நைனாவுக்காக ஒத்தி வைத்திருக்க வேண்டாமா? அவர்களுக்கு அப்போதே வயது எண்பதுக்கு மேல் இருக்கும். பார்த்து ஒரு வருடம் ஆகிறது. திடீரென்று அடுத்த வாரம் பார்ப்பதற்குள் மேலே போய் விட்டால் அது எத்தகைய சோகம்?

“அதெல்லாம் உண்மைதான் சாரு. ஆனால் நாளைக்கு சமைக்கவே வீட்டில் அரிசி இல்லை. அடகு வைக்க நகையும் இல்லை... அடுத்த வாரம் சம்பளம் வந்து விடும்... அப்போது கூப்பிடலாம். அதற்குள் ஒன்றும் ஆகாது. கவலைப்படாதே” என்று ஆறுதல் சொன்னாள்.

நாங்கள் இருவருமே மத்திய அரசில்தான் வேலை பார்த்தோம். நிம்மதியாக வாழ்ந்திருக்கலாம். ஆனால் நான் எழுத்தாளன் ஆயிற்றே? அதனால் வீட்டில் அரிசி இல்லாவிட்டாலும் புத்தகங்கள் வாங்கி விடுவேன். அதுவாவது பரவாயில்லை. நூறு இருநூறோடு போகும். என் புத்தகங்களை நானேதான் அச்சிடுவேன். என் புத்தகங்களை அச்சிட அப்போது ஒரு பதிப்பாளர் கூடத் தயாராக இல்லை. உயிர்மை வெளியிடும் வரை என் புத்தகங்களை நானேதான் அச்சிட்டுக் கொண்டிருந்தேன்.

அதுவும் நான் ஒரு *perfectionist* என்பதால் மிக நேர்த்தியாக அச்சிடுவேன். அப்போதே இருபதாயிரம் முப்பதாயிரம் என்று செலவாகும். அவந்திகா பதினாறு வயதிலிருந்து வேலைக்குப் போகிறாள். அவளை நான் சந்திக்கும் போது அவளுக்கு முப்பது வயது இருக்கும். அவளுடைய பதினான்கு ஆண்டு சேமிப்பையும் அவள் வைத்திருந்த அத்தனை நகைகளையும் என் புத்தகங்களைப் பதிப்பிப்பதற்காகவே செலவு செய்தேன். இப்போது கூட ஞாபகம் இருக்கிறது. மொத்தம் எட்டு விரல்களில் மோதிரம் அணிந்திருந்தாள். மோதிர விரலில் பாம்பு மோதிரம். எல்லாமே என் புத்தகங்களுக்காகப் போய் விட்டன.

நான் சொல்வது சத்தியம். அவள் மிகப் புனிதமாக மதித்த தாலியைக் கூட விற்று ஸீரோ டிகிரியையோ என்ன கருமத்தையோ பதிப்பித்தேன். இது பற்றி குற்றாலம் கருத்தரங்கில் மனம் நொந்து பேசிக் கொண்டிருந்தேன். ஒரு *transgressive writer* தன்னுடைய எழுத்தைப் பிரசுரம் செய்ய எவ்வளவு கஷ்டம் என்று. அப்போது ஒரு எழுத்தாளர், "ஏன், சரோஜாதேவி புத்தகம் அச்சடிக்கும் அச்சகங்களில் அடிக்கலாமே?" என்றார். உடனே அவரை அடிக்கப் போனேன். இப்போது அவர் அப்படிச் சொல்லி இருந்தால் புன்முறுவல் பூத்து இருப்பேன். அப்போது என்னிடம் ராஜஸ குணம் மிகுந்திருந்தது. ஆனால் ஆச்சரியம் என்னவென்றால், இப்போது ஒரு காந்தியவாதி ஒரு நேரடி ஒளிபரப்பில் அவன் இவன் என்கிறார். அதைப் போலவே, சுவாசிப்பது போல் மூச்சுக்கு முன்னூறு தடவை ஆன்மீகம் பேசுபவரும் காந்தியவாதியுமான அந்த எழுத்தாளர் இப்போதைய தமிழருவி மணியனைப் போலவே வன்முறையாக நடந்து கொண்டார் என்பதை கவனியுங்கள். எல்லா காந்தியவாதிகளும் இப்படித்தானா என்று தெரியவில்லை. ஆனால் இந்தக் காலத்தில் ஆன்மீகவாதியிடம்தான் வன்முறையும் ஆபாசமும் அதிகமாக இருக்கிறது.

இப்போது இன்றைய நிலையில் எனக்கு அப்படியெல்லாம் கஷ்டம் இல்லை. ஆனாலும் பயணம் செய்வதற்கும் என்

வால்ட்டேரை எப்படி நாம் கைது செய்ய முடியும்?

எழுத்துப் பணிக்காகவும் பணம் தேவைப்படுகிறது. வாசக நண்பர்களின் சில நெகிழ்ச்சியான கடிதங்களையும் பார்த்தேன். அந்தக் கடிதங்கள் என் கண்களைத் திறந்து விட்டன. இனிமேல் எனக்கு எழுத இடம் இல்லை என்றோ, ஊடகங்களும் நிறுவனங்களும் புறக்கணிக்கின்றன என்றோ சொல்ல மாட்டேன். ஏனென்றால், சாரு ஆன்லைன் தளத்தையே லட்சம் பேருக்கு மேல் வாசிக்கிறார்கள்.

நான் ஒருபோதும் காசு கணக்கு பார்ப்பவன் அல்ல. *I am an aristocrat disguised as a beggar. Odysseus* பிச்சைக்காரன் வேடத்தில் இருந்தானே, படித்திருக்கிறீர்களா? ஆனால் இப்போதெல்லாம் ரொம்பவும் காசு கணக்குப் பார்க்கிறேன். என் தெருவில் பிடிக்காமல் அடுத்த தெருவில் ஆட்டோ பிடித்தால் பத்து ரூபாய் கம்மியாகும் என்றால் அடுத்த தெருவுக்கு நடந்து போகிறேன். ஏன் இப்படி ஆகி விட்டேன்?

நீங்கள் ஐரோப்பியப் பயணிகளை கவனித்திருக்கிறீர்களா? அவர்களையெல்லாம் நாம் பணக்காரர்கள் என்று நினைக்கிறோம். தவறு. அவர்களில் பலர் கூலி வேலை செய்பவர்கள்; ஆசிரியர்கள், மத்தியதர வர்க்கத்தினர். மிகக் குறைந்த பணத்தோடுதான் அவர்கள் உலகெங்கும் சுற்றுகிறார்கள். மிகக் குறைந்த வாடகை உள்ள ஒய்.எம்.சி.ஏ. போன்ற இடங்களில்தான் தங்குவார்கள். பிச்சைக்காரத்தனமாக நடந்து கொள்வார்கள். அப்படி இருந்தால்தான் பல நாடுகளை சுற்றிப் பார்க்க முடியும். என் தாய்லாந்துப் பயணத்தில் நான் அப்படிப்பட்ட சில ஐரோப்பியர்களைச் சந்தித்தேன். நானும் நண்பர்களும் பைக்கிலேயே *Mekong* நதிக்கரையை ஒட்டி பல நூறு கிலோமீட்டர் தூரம் போய் பல கிராமங்களைப் பார்த்தோம். பணக்காரப் பயணிகள் ஐந்து நட்சத்திர ஓட்டலில் தங்கி விட்டு சொந்த ஊருக்குக் கிளம்பி விடுவார்கள். அவர்கள் செய்வது பயணமே அல்ல.

முன்பெல்லாம் அவந்திகாவிடம் குடும்பச் செலவுக்கு ஏதாவது பணம் கொடுத்தால் அதை அப்படியே மறந்து விடுவேன். ஆனால் இப்போது ஞாபகம் வைத்துக் கொண்டு கேட்பது

அவளுக்கு ஆச்சரியாக இருக்கிறது. "ஏன் இப்படி மாறி விட்டாய்?" என்றாள் வருத்தமாக. நான் ஒரு பயணியாக மாறிவிட்டதுதான் காரணம். ஆனால் அதைச் சொல்லவில்லை. அவளிடம் கொடுத்த பணத்தைத் திருப்பிக் கேட்காத அளவுக்கு என் நிலை மாறுவதற்கு இறைவன் அருள் புரிய வேண்டும் என்று மட்டுமே நினைத்துக் கொண்டேன்.

மார்ச் 14, 2013

அவமானம்

செவியற்றோரின் உலகில் இசைக் கலைஞனாக இருப்பது பற்றி என் நாவல் எக்ஸைலில் எழுதியிருக்கிறேன். நான் எழுதுவது அப்படித்தான். தமிழில் எழுதுவது டயரியில் எழுதுவது போன்றது. எக்ஸைல் நாவல் ஒரு லட்சம் பிரதிகள் விற்கும் என்று எதிர்பார்த்தேன். மூவாயிரம் விற்றது. அப்போதுதான் ஆங்கிலத்தில் எழுதலாம் என்று முடிவு செய்தேன். தமிழ் என் தாய். தாயை உதறித் தள்ளலாம் என்று முடிவு செய்தேன். இலக்கிய எழுத்து என்றால் சுவாரசியமாக இருக்காது என்ற கருத்தை முறியடித்தது என் எழுத்து. என் எழுத்தைப் படிப்பவர்களுக்கு அது தெரியும். சினிமாவில் உதவி இயக்குனர்களாக இருப்பவர்கள் பத்திரிகைகளில் பத்தி எழுதும் காலம் இது. எனக்கெல்லாம் மதிப்பு கிடையாது. தமிழின் பிரதானமான எழுத்தாளனே பிச்சை எடுக்க வேண்டிய நிலைமை தமிழ்நாட்டில் நிலவுகிறது. எனக்கு மிக நிச்சயமாக ஏசியன் புக்கர் பரிசு கிடைக்கும். அந்தப் பரிசை வாங்காமல் நான் சாக மாட்டேன். பணத்துக்காக ஒருபோதும் சமரசம் செய்ய மாட்டேன். பரதேசி என்ற குப்பைப் படத்தை காவியம் என்று சொன்னால் எனக்குப் பணம் கிடைக்கும். அந்தக் காரியத்தை நான் செய்ய மாட்டேன். மீண்டும் மீண்டும் உங்களிடம் பிச்சைதான் கேட்பேன். சமரசம் செய்து வாழ்வதை விட பிச்சை எடுப்பது கௌரவமானது என்று நான் கருதுகிறேன்.

சினிமா நடிகர்கள் எப்படி இருக்கிறார்களோ அந்த நிலையில் ஒரு எழுத்தாளன் இருக்க வேண்டும். எழுத்தாளனின் இடம் அதுதான். ஆனால் நான் பிச்சை எடுக்க வேண்டியிருக்கிறது. என் நாவல் லட்சம் பிரதி விற்க வேண்டும். எட்டு கோடி மக்கள் இருக்கும் நாட்டில் லட்சம் பிரதி விற்க வேண்டாமா? பத்திரிகைகாரர்கள் எழுத்தாளர்களை பிச்சைக்காரனைப் போல் நடத்துகிறார்கள். ஆனந்த விகடனில் பத்தி எழுதுவதற்குக் கேட்டேன். கவனிக்கவும். நான் கேட்டேன். அவர்கள் கேட்கவில்லை. அந்தப் பத்திரிகை என்னிடம் ”மாதிரி” கட்டுரைகள் மூன்று அனுப்புங்கள் என்று கேட்டது. நானும் வெட்கம் மானம் ரோஷம் எதுவுமே இல்லாமல் மூன்று மாதிரி கட்டுரைகள் அனுப்பி வைத்தேன். அதற்கு அப்புறம்தான் மனம் கொத்திப் பறவை வந்தது. இதை எழுதி விட்டதால் ஆனந்த விகடனில் என்னைத் தடை செய்வார்கள். பரவாயில்லை ஐயா. எனக்கு அறுபது வயது ஆகிறது. இனிமேல் எனக்கு ஜனரஞ்சகப் பத்திரிகைகளின் தயவு தேவை இல்லை. அவர்களெல்லாம் என்னைத் தடை செய்தே வைக்கட்டும். அவர்களுக்கு எல்லாம் ராஜு முருகன் போன்ற ஆட்கள்தான் லாயக்கு. ராஜு முருகனின் கட்டுரை தொலைக்காட்சி சீரியல் மாதிரிதான் இருந்தது. தொலைக்காட்சி சீரியலுக்குத்தான் இன்றைக்கு மவுசு. சுஜாதா விகடனில் எழுதினார். இன்று விகடனில் கோபிநாத்தும் ஒரு உதவி இயக்குனரும் எழுதுகிறார்கள்.

பத்திரிகையில் கட்டுரையோ கதையோ எழுதினால் அதிக பட்சம் ஆயிரம் ரூபாய் அனுப்புகிறார்கள். அவமானம் இது. தினமலரில் மட்டுமே ஐயாயிரம் ரூபாய் கொடுக்கிறார்கள். மற்ற பத்திரிகைகளில் ஐநூறு அல்லது ஆயிரம்தான். மலச்சிக்கலில் மாட்டிக் கொண்டவனின் ஆசன வாயில் ஒட்டிக் கொண்டிருக்கும் பீயைப் போன்ற தொகை இது. எழுத்தாளனின் சாபம் இது. பத்திரிகை உதவி ஆசிரியர்களுக்கு என்ன சம்பளம்? நினைத்துப் பாருங்கள். அப்புறம் ஏன் எழுத்தாளனுக்கு மட்டும் ஆயிரம் ரூபாய் அனுப்புகிறீர்கள்?

ஏப்ரல் 22, 2013

ஹலோ கூட சொல்ல மாட்டேன்!

நான் தமிழிலிருந்து ஆங்கில எழுத்துச் சூழலுக்குச் சென்றதிலிருந்து தமிழில் சமகால எழுத்து எதையும் படிப்பதில்லை. ஒரே காரணம், நேரம் இல்லை. ஏனென்றால், 50 Books 50 Writers என்ற புத்தகத்தில் இந்தியாவின் மிக முக்கியமான ஐம்பது புத்தகங்கள் பட்டியலில் நான் வாசித்திராத பல புத்தகங்கள் இருந்தன. முதலில் அதையெல்லாம் படிக்க வேண்டும். தமிழில் புதுமைப்பித்தன், நகுலன், சுந்தர ராமசாமி, ஆதவன், இந்திரா பார்த்தசாரதி, அசோகமித்திரன், ந. முத்துசாமி, கரிச்சான் குஞ்சு, மௌனி போன்றவர்களைப் படிக்காமல் ஒருவர் எழுத வருவது எப்படி சாத்தியமில்லையோ அதேபோல் ஆங்கிலத்திலும் சமகால இலக்கிய கர்த்தாக்களைப் படிக்காமல் அங்கே நிற்க முடியாது.

இந்த நிலையில் இணையதள எழுத்துக்களின் பக்கம் என்னால் அறவே போக முடியாது. ஃபேஸ்புக் சுத்தம். எப்போதாவது எட்டிப் பார்ப்பதோடு சரி. சமீபத்தில் அராத்து ஜெயமோகனின் கட்டுரை ஒன்றைப் பற்றிச் சொல்லிக் கொண்டிருந்தார். ஜெ. பாண்டிச்சேரி சென்ற போது, அவர் ஒரு நண்பர் வீட்டில் தங்கியிருக்கிறார். அப்போது அந்த நண்பரின் அண்டை வீட்டுக்காரர் ஒருவர் - எழுபது வயது - வந்து நாஞ்சில் நாடன், தேவதேவன், ஜெ. எல்லோரையும் அவமானப்படுத்தும் விதத்தில் ஏதோ உளறி இருக்கிறார்.

இப்படியெல்லாம் எனக்கு நடக்காது. முதலில் நான் நண்பர்களின் வீடுகளில் தங்குவதில்லை. அப்படியே தங்கினாலும் அண்டை வீட்டுக்காரரையெல்லாம் என்னிடம் பேச நான் அனுமதிக்க மாட்டேன். அப்படியே அனுமதித்தாலும் க்ளைமேட் எப்படி இருக்கு, நாட்டு நடப்பு எப்டி இருக்கு என்று ஒரு ரெண்டு நிமிஷம் மரியாதைக்குப் பேசிக் கொண்டிருப்பேன். ரெண்டே நிமிஷம்தான். இலக்கியம் பேசினால் வெளியே போ என்று விரட்டி விடுவேன். விரட்டி அடிப்பதற்கு அந்த வீட்டில் எனக்கு உரிமை இல்லாவிட்டால் நான் வெளியேறி விடுவேன். நாஞ்சில் நாடன் வெளியேறியது போல் அவமானப்பட்டு அல்ல. ஒரு பெரிய கலாட்டாவுக்குப் பிறகுதான்.

எனக்கு என்ன ஆச்சரியம் என்றால், என் நண்பர்கள் யாரும் இது போன்ற மூடர்களை என்னிடம் பேசவே அனுமதிக்க மாட்டார்கள். ஒரு விஷயம் கேட்கிறேன். கமல்ஹாஸனிடம் போய் யாராவது - எந்த அண்டை வீட்டுக்காரனாவது ஓங்களுக்கு ஒலக சினிமா தெரியுமா, சந்திர பாபு தெரியுமா என்று கேட்டால் அவர் அந்த ஆளை செருப்பைக் கழட்டி அடிக்க மாட்டாரா? முதலில் அவரிடம் போய் எவனாவது இப்படிக் கேட்க முடியுமா?

ஜெ.விடமும், நாஞ்சிலிடமும் ஒருவன் இப்படிக் கேட்க முடிகிறது என்பதே எனக்குப் பெரும் அவமானமாக இருக்கிறது. இதற்கு அனுமதித்த ஜெ.வின் நண்பரை நான் அந்த அண்டை வீட்டுக்காரரை விட மோசமாக மதிப்பீடு செய்கிறேன்.

தர்மு சிவராமுவிடம் இருந்த ரௌத்திரம் இந்தக் கால எழுத்தாளர்களிடம் இல்லை என்பது வருத்தம் அளிக்கிறது. ஜெ.வுக்குக் கூட அந்த அண்டை வீட்டுக்காரன் நாஞ்சிலையும், தேவதேவனையும் அவமானப்படுத்தி விட்டான் என்பதால்தான் கோபம் வந்திருக்கிறதே ஒழிய அவரிடம் மட்டுமே அந்த ஆள் இப்படி நடந்து கொண்டிருந்தால் இவ்வளவு கோபப்பட்டிருக்க மாட்டார்.

2001-இல் நான் எழுதினேன். நான் வேலை பார்த்த அலுவலகத்தில் என் அதிகாரியாக இருந்தவர் நான் ஃப்ரான்ஸ்

போக இருக்கிறேன் என்று தெரிந்ததும் எதற்கு என்று கேட்டார். ஒரு இலக்கியச் சந்திப்பு என்றேன். ஓ அப்படியா, லேனா தமிழ்வாணனைப் படித்து விட்டுச் செல்லுங்கள் என்றார் அந்த ஐஏஎஸ் அதிகாரி. "வாயை மூடடா நாயே" என்று அந்த அதிகாரிக்கு நான் பதில் சொல்ல முடியவில்லை. அதனால்தான் 2001-இலேயே அந்த வேலையை நான் விட்டேன்.

அதனால்தான் நான் எப்போதும் சொல்லி வருகிறேன்; இலக்கியம் அறியாதவர்களோடு நான் ஹலோ கூட சொல்வதில்லை என்று.

மே 19, 2013

ஹலோ கூட சொல்ல மாட்டேன் (2)

Dear Charu,

How are you? I am a regular reader of your blog. I haven't written anything to you so far as I felt I am not equipped with enough knowledge to write to great writers like you.

Once I was travelling in a bus in Chicago on my way to work. There was an American lady next to me and we were talking about a few things about the weather and other usual stuff. It was election time and I started asking her about the election to continue the conversation as I have some more time to kill before my destination. But she said, she is not the best person to talk about it as she do not think she is equipped with enough knowledge to discuss about politics.

That answer gave me a new thought. Simply because, our Indian people talk everything from history to literature, from cricket to politics. But someone in America don't usually talk on a particular topic unless they feel they are equipped to talk about that topic. That gave me a new perspective and I decided to concentrate only on what I know. That's one of the reason, I stayed as a vivid reader and not to venture into the level of talking with anyone about literature let alone with a great writer like you.

The reason I am writing this email is about the recent controversy in Internet about exactly what I wrote in my previous paragraphs. What makes someone like a layman think they have more knowledge and question writers like Jeyamohan. And what makes someone in America most of who are software professionals and are layman when it comes to literature and history think they are super intellectuals than someone like Nanjil Nadan who won the Sahitya Academy Award. Is there something that is fundamentally wrong in our society?

Why an American lady who I feel as knowledgeable enough is refusing to talk about her area of non-expertise while someone like our people in America and elsewhere who after earning few lakhs think they have achieved everything in the world and start talking about History and Literature?

My question is not about just the controversy, but about our society as a whole. I thought you will be the best person to give that kind of insight. That's the only reason for sending this email to you. I believe Jeyamohan's political bias has diverted the issue into a different controversy. So, I thought you will be the best person to give a different insight.

I pray to god for your good health...

Thanks,

Padmavathy Ramaseshan

டியர் பத்மாவதி,

கீழ் வரும் கட்டுரையைப் படியுங்கள். இந்தக் கட்டுரை முடிந்த பிறகு உங்கள் கடிதத்துக்கு பதில் எழுதுகிறேன்.

சாரு.

ஜெ., நாஞ்சில் நாடன், தேவதேவன் மூவரையும் பாண்டிச்சேரியில் எழுபத்தைந்து வயது மூடன் ஒருவன் அவமானப்படுத்தியது பற்றி எழுதியிருந்தேன். அதைப் படித்தீர்களா என்று ஊட்டியில்

ஓய்வெடுத்துக் கொண்டிருக்கும் அராத்துவிடம் போன் போட்டுக் கேட்டேன். நிறைய விஷயங்கள் சொன்னார். அதெல்லாம் நான் எழுத விட்டு விட்ட விஷயங்கள். "அப்படி ஒரு அண்டை வீட்டுக்காரன் என்னிடம் 'என்ன எழுதுறீங்க?' என்று கேட்டால், மிக இயல்பான குரலில் 'அதாங்க புண்டை, சுன்னி, கூதி இதெல்லாம் பத்தி எழுதுவேன்' என்பேன். ஆள் எழுந்து ஓடி விடுவான். நம்மை அவன் அவமானப்படுத்துவதற்கே வாய்ப்பு இல்லாமல் போய் விடும். இந்த எளுத்தானுங்க செஞ்சது எப்டி இருக்குன்னா, குனிஞ்சு சூத்தைக் காமிச்சுட்டு, 'ஐயோ... கிழிச்சிட்டானே கிழிச்சிட்டானே'ன்னு கதர்றாப்ல இருக்கு" என்றார்.

என்ன எழுதுவீர்கள் என்று எந்த மூடனாவது கேட்டால், சமூகம், கலை, கலாச்சாரம், அரசியல், வரலாறு என்று பலதும் எழுதுவேன் என்று எப்படிப்பட்ட குரலில் சொல்வீர்களோ அதே குரலில் புண்டை, சுன்னி, கூதி, குண்டி அடிப்பது போன்ற வார்த்தைகளைச் சொல்ல வேண்டும் என்று குறிப்பிட்டார் அராத்து.

ஜெ. எழுதியிருந்ததைப் பார்த்து எனக்கு அந்த அண்டை வீட்டுக்காரன் மீது கோபம் வரவில்லை. அண்ணாத்துரையைப் படிப்பவன் வேறு எப்படி இருப்பான்? அவனிடம் நீங்கள் எப்படி சுரணை உணர்வை எதிர்பார்க்க முடியும்? ஒரு இலக்கிய விழாவில் துரை முருகன் தமிழின் நவீன எழுத்தாளர்கள் அத்தனை பேரையும் நார் நாராகக் கிழித்தார். அவர் சிரிக்கச் சிரிக்கப் பேசுவதில் நம் வடிவேலுவையும் மிஞ்சியவர். அத்தனை எழுத்தாளர்களையும் கோவணத்தை உருவி விட்டார் என்றே சொல்ல வேண்டும். மேடையில் எஸ். ராமகிருஷ்ணன் இருந்தார். சும்மாதான் இருந்தார். தர்மு சிவராமுவோ, சுந்தர ராமசாமியோ, ஜெயகாந்தனோ அப்படி இருந்திருக்க மாட்டார்கள். நான் அப்படி இருக்க மாட்டேன். பார்வையாளனாக முதல் வரிசையில் அமர்ந்திருந்த போதே இந்த ஆபாசப் பேச்சை ரசிக்க முடியாமல் வெளியேறி விட்டேன். அவந்திகா என்னிடம் கிசுகிசுப்பாக, "முதல் வரிசையில் இருக்கிறோம். எல்லோரும்

நமக்கு வேண்டியவர்கள். தப்பாக நினைப்பார்கள்" என்றாள். "மயிரே போச்சு, வா" என்றேன் சத்தமாக. "ஐயோ வாயைத் திறந்தது தப்பாச்சே" என்று நினைத்திருப்பாள்.

நான் ஆரம்ப காலத்தில் இலக்கிய வெளிவட்டத்தில் எழுதிய கட்டுரைகளை நீங்கள் படித்திருக்கலாம். அதில் ஒரு கட்டுரையில் ஃப்ரெஞ்ச் ஜனாதிபதி ஷார்ல் தெ கால் (Charles De Gaulle) சார்த்தரைப் பற்றிக் குறிப்பிட்ட விஷயம். ஞாபகம் வருகிறதா?

உங்களுக்கு ஞாபகம் இருக்கும். இருந்தாலும் வாசகர்களுக்காகச் சொல்லுகிறேன். அல்ஜீரியாவில் ஃப்ரெஞ்ச் ஆதிக்கத்துக்கு எதிராக சுதந்திரப் போர் நடக்கிறது. எந்த ஆண்டு என்றெல்லாம் நீங்களாகத் தேடிப் பாருங்கள். எப்படிப்பட்ட சுதந்திரப் போர் என்றால், இந்தியாவில் மகாத்மா நடத்தியது போல் அல்ல. ஃப்ரெஞ்சுக்காரக் குழந்தைகளை ஏற்றிக் கொண்டு பள்ளிக்கூடத்துக்குப் போகும் பஸ்ஸை மறித்து ஆர்ப்பாட்டக்காரர்கள் அந்தக் குழந்தைகளையெல்லாம் தலையைச் சீவுவார்கள். இப்படித்தான் ரத்தக்களரியாக நடந்தது அந்தப் போர். காரணம் என்னவென்றால், அல்ஜீரியர்கள் ஃப்ரெஞ்சுக்காரர்களால் அப்படித்தான் நடத்தப்பட்டார்கள். ஃப்ரான்ஸ் முழுவதும் அல்ஜீரியாவின் மீது கொலைவெறியில் இருந்தார்கள். அப்போது ஜான் பால் சார்த்தர், "நாம் நூற்றாண்டுகளாக அல்ஜீரியர்களை அடிமைகளாக நடத்தினோம். இப்போது அவர்கள் திருப்பித் தாக்குகிறார்கள். நாம் அங்கிருந்து வெளியேற வேண்டும்," என்றார்.

யோசித்துப் பாருங்கள். இந்தியப் பாராளுமன்றத்தின் மீது பாகிஸ்தான் பயங்கரவாதிகள் தாக்குதல் நடத்திய போது நான் பாகிஸ்தானுக்கு ஆதரவாகப் பேசினால் என்ன ஆகும்? நீதான் அந்தத் தாக்குதலின் தலைவன் என்று சொல்லி என்னை உள்ளே தள்ளி அஃப்ஸல் குருவைத் தூக்கில் போட்டது போல் போட்டு விடுவார்கள். அதேபோல் ஃப்ரெஞ்சுக்காரர்களும் சார்த்தரை சொன்னார்கள். தேசத் துரோகி சார்த்தரை சிறையில் அடையுங்கள் என்றார்கள். சர்வ தேசியம் பேசிய

கம்யூனிஸ்டுகள் கூட சார்த்தரை சிறையில் அடைக்கச் சொன்னார்கள். அப்போது ஃப்ரான்ஸின் அதிபராக இருந்த ஷார்ல் தெ கால் "வால்ட்டேரை எப்படி நாம் கைது செய்ய முடியும்?" என்றார்.

வில்லியம் பர்ரோஸுக்குத் துப்பாக்கி என்றால் ரொம்பப் பிடிக்கும். அவரிடம் விதவிதமான துப்பாக்கிகள் இருந்தன. துப்பாக்கிச் சுடுவதும் அவருக்குப் பிடித்தமான பொழுதுபோக்கு. ஒருமுறை அவர் மொராக்கோவில் தஞ்ஜியர் நகரில் இருந்த போது விளையாட்டாக தன் மனைவியின் தலையில் ஆப்பிளை வைத்துக் குறி பார்த்துச் சுட்டிருக்கிறார். ரவை நெற்றியில் பட்டு ஆள் காலி. பர்ரோஸை போலீஸ் கைது செய்து விட்டது. உடனே அமெரிக்க அரசாங்கம் தலையிட்டு, "இது ஒன்றும் க்ரைம் அல்ல. அவர் எங்கள் நாட்டின் சொத்து. எழுத்தாளர். அவர் விளையாட்டாகச் செய்த காரியம் இது" என்று சொல்லி அவரை சிறையிலிருந்து மீட்டது. இதில் சார்த்தர் கூட தலையிட்டிருக்கிறார்.

இங்கே தமிழ் எழுத்தாளர்களுக்குத் தங்கள் மீதே மரியாதை இல்லை என்றேன். எப்படி என்று சொல்கிறேன். மரியாதை இருந்தால் சினிமா இயக்குனர்களிடம் ஏன் இப்படிப் பல்லைக் காட்டுகிறார்கள்? ஒரு சம்பவம் சொல்கிறேன். இயக்குனர் பாலா விகடனில் கேள்வி பதில் எழுதிய போது அவரிடம் ஒரு வாசகர், "எழுத்தாளர்கள் எஸ். ராமகிருஷ்ணனும் ஜெயமோகனும் உங்களிடம் வேலை செய்திருக்கிறார்கள். அவர்கள் பற்றி உங்கள் அனுபவம் என்ன?" என்று கேட்கிறார்.

நான் பாலாவாக இருந்தால், "அப்பேர்ப்பட்ட மாபெரும் எழுத்தாளர்களோடு பணியாற்றியது எனக்குக் கிடைத்த நல்லதிர்ஷ்டம்" என்று சொல்லி மேற்கொண்டு எழுதியிருப்பேன். ஆனால் பாலா, ஜெ.வின் நண்பரின் அண்டை வீட்டுக்காரரைப் போல் பதில் சொன்னார். அதே வார்த்தைகள் ஞாபகம் இல்லை. ஆனால் பொருள் இதுதான். "எஸ்.ரா. எப்போதும் பேசிக் கொண்டே இருப்பார். வாயையே மூட மாட்டார். ஜெயமோகன் எதையாவது ஏடாகூடமாக எழுதி வைத்து

விட்டு என்னிடம் வந்து ஒளிந்து கொள்வார்.” இந்த “ஒளிந்து கொள்வார்” என்ற வாசகம் மட்டும் மாற்றவில்லை. அதேதான் சொன்னார்.

இதை விடவா அந்த அண்டை வீட்டுக்காரன் ஜெ.வை அவமானப்படுத்தி விட்டான்? கமல்ஹாஸனைப் பற்றியோ, ரஜினி பற்றியோ, பாலு மகேந்திரா பற்றியோ, பாலச்சந்தர் பற்றியோ பாலா இப்படி எழுதுவாரா? ஏன் எழுத்தாளன் பற்றி இப்படி எழுதுகிறார்? *Because writers don't exist in Tamil Nadu.* எழுத்தாளன் என்றால் இங்கே எச்சக்கலை என்று நினைத்துக் கொண்டிருக்கிறார்கள். சரி, ஜெயகாந்தன் என்று ஒரு எழுத்தாளர் இருக்கிறார். அவரைப் பற்றி இப்படி யாராவது எழுதுவார்களா? எழுதி இருக்கிறார்களா? எழுதத்தான் முடியுமா? இளையராஜாவின் காலில் எல்லோரும் விழுந்து கும்பிடுகிறார்கள். ஆனால் அதே இளையராஜா ஜெயகாந்தனை அக்னிப் பிழம்பு, சூரியக் கடவுள் ஆ ஊ என்று சொல்லி நெளிகிறார். ஏன்? ஜெயகாந்தனுக்குத் தன் மீதே உள்ள சுயமரியாதை. ஜெயகாந்தன் தன் மீது மரியாதை கொண்டவர். ஊரும் மரியாதை செலுத்தியது. ஆனால் சினிமாக்காரர் காலில் விழுவேன் என்று சொல்லும் எழுத்தாளனைப் பார்த்து “உனக்கு அண்ணாத்துரை தெரியுமா?” என்று கேட்கிறான் ஒரு மூடன்.

யாருடைய தவறு இது?

மே 21, 2013

ஹலோ கூட சொல்ல மாட்டேன் (3)

என் எழுத்தை வாசிப்பவர்கள் ஒரு *sect* போல் இருக்கிறார்கள். விரும்பி வாசிப்பவர்களைச் சொல்கிறேன், மலச்சிக்கல்காரர்கள் போல் மூஞ்சியை சுளித்துக்கொண்டு படிப்பவர்களைச் சொல்லவில்லை. திருப்பூரில் வசிக்கும் வாசக நண்பர் ஒருவரின் காரில் நான் *Daddy Yankee, Amir, Reggaeton Ninos, Violeta Parra, Victor Jara, Wim Mertens* போன்றவர்களையெல்லாம் கேட்டேன். எல்லாம் என் எழுத்தைப் படித்து அதிலிருந்து திரட்டியிருக்கிறார். *Sect* என்றால் வெறும் இசை கேட்பதோடு முடிந்து விடவில்லை. அது ஒரு வாழ்க்கை முறை. ஒரு தமிழர் *Victor Jara*-வும், *Cheb Hasni*-யும், *Cheb Mami*-யும் கேட்கிறார் என்றால் அவர் சாரு நிவேதிதாவைப் படித்திருக்கிறார் என்று பொருள். அதேபோல் லினன் சட்டை இன்னொரு அடையாளம். இரவில் கடுக்காய் சாப்பிடும் ஒரு தமிழரைப் பார்த்தாலும் அவர் என் வாசகர் என்று நீங்கள் கண்ணை மூடிக் கொண்டு சொல்லி விடலாம். இப்படி ஏகப்பட்ட விஷயங்கள் உண்டு.

என் எழுத்தைப் படித்து, அது உங்களுக்குப் பிடித்தும் இருந்தால் நீங்கள் என்னிடமிருந்து தப்பவே முடியாது. இந்த *sect* இல் நீங்கள் ஒரு ஆள்.

இது எந்த அளவுக்குப் போயிருக்கிறது என்றால், அராத்துவிடம்

நான் அடிக்கடி சொல்லிக் கொண்டிருப்பேன், இப்போதைய கல்வி முறையில் உங்கள் குழந்தைகளைச் சேர்க்காதீர்கள் என்று. அதற்காக என்ன செய்யலாம் என்று அவர் கேட்கவில்லை. நான் சொன்னதை உடனே புரிந்து கொண்டார். அவருக்கே அந்த அபிப்பிராயம்தான் இருந்திருக்கிறது என்றும் எனக்குத் தெரிந்தது. அதாவது, இன்று ஆங்கிலத்தில் எழுதும் எல்லோருமே ஒரு அருமையான மேட்டுக்குடி கல்வி நிறுவனத்தில் பயின்றிருக்கிறார்கள். அருந்ததி ராய், விக்ரம் சேட்... பெயர்களை நீங்களே சேர்த்துக் கொள்ளலாம். இன்று இந்தியாவிலிருந்து உலகப் புகழ் பெற்றிருக்கும் அத்தனை எழுத்தாளர்களும் கொடைக்கானல், ஊட்டி, டார்ஜிலிங், டேரா டூன் போன்ற ஊர்களில் இருக்கும் சர்வதேசப் பள்ளிகளில் பயின்றவர்களே. புக்கர் பரிசு பெற்ற அர்விந்த் அடிகா உட்பட. நானும் இந்தப் பள்ளிகளில் படித்திருந்தால் இன்று மொழிபெயர்ப்பாளர்களைத் தொங்கிக்கொண்டு இருக்க வேண்டிய நிலைமை இருந்திருக்காது. ஸல்மான் ருஷ்டி அளவுக்கு என் பெயர் தெரிய வந்திருக்கும். குறைந்த பட்சம் அர்விந்த் அடிகா அளவுக்காவது. எழுத்தாளனை விடுங்கள். இந்திரா காந்தி, ராஜீவ் காந்தி போன்றவர்களை எடுத்துக் கொண்டாலும் நான் மேலே குறிப்பிட்ட சர்வதேசப் பள்ளிகளில் படித்தவர்கள்தான். மற்றபடி நடுத்தர வர்க்கப் பள்ளிகளில் படித்தால் அதிகபட்சம் ஐம்பது வயதில் ஹிண்டுவில் பத்தி எழுதலாம். அப்படிப் பத்தி எழுதுபவர்கள் பத்மா சேஷாத்ரி மாணவர்களாக இருப்பார்கள். கவனிக்கவும்; இது அதிகபட்ச சாதனை. இலக்கியம், எழுத்து என்று இல்லை; நீங்கள் எந்தத் துறையைத் தேர்ந்தெடுத்தாலும் நான் குறிப்பிட்ட சர்வதேசப் பள்ளிகளில் படித்தால் மிகப் பெரிய இடத்தை அடையலாம்.

இது அல்ல நான் சொல்ல வந்தது. மிக முக்கியமான விஷயம் என்னவென்றால், இங்கே உள்ள ஆகச் சிறந்த பள்ளிகளில் படிக்கும் மாணவர்கள் மிகக் கடுமையான மன அழுத்தம் காரணமாக மனநோயாளிகளைப் போல் மாறி விடுகிறார்கள். அவர்கள் மதிப்பெண் எடுக்கும் எந்திரங்கள். அவ்வளவுதான். மலை தெரியவில்லை; மரம் தெரியவில்லை; நிலவு

தெரியவில்லை; நதி தெரியவில்லை; இலக்கியம் தெரியவில்லை; வாழ்க்கை தெரியவில்லை.

பத்தாம் வகுப்பு படிக்கும் மிக புத்திசாலியான ஒரு மாணவன்– அவன் என்னை நண்பனாக மதிக்கிறான் - தொண்ணூறு மார்க் எடுத்து விட்டேன் என்றான் பெருமையாக. நான் சொன்னேன். "சரிடா, ஆனா வாழ்க்கையை சந்தோஷமா வாழ்றது எப்படின்னு தெரியலையேடா உங்களுக்கு. நல்லா சம்பாதிப்பீங்க. கார்ல போவீங்க. லக்ஷுரி அபார்ட்மெண்ட்ல வசிப்பீங்க. ஆனா சந்தோஷம்னா என்னென்னு தெரியாம ஜக்கி வாசுதேவ் கிட்டயும், ரவிஷங்கர் கிட்டயும்ல போவீங்க?" என்றேன்.

"சே... என்ன அங்க்கிள் நீங்க? இது ஒரு பெரிய விஷயமா? *How to live happily* என்று ஒரு பெரிய புஸ்தகமா படிச்சா போச்சு..."

மிரண்டு போனேன். சத்தியமாக இப்படி ஒரு பதிலை நான் எதிர்பார்க்கவில்லை. இன்றைய சிறார்களுக்கு எல்லாமே நிழல் எதார்த்தம்தான். நிஜ எதார்த்தம் இல்லை. ஒரு பெண்ணை அல்லது வாழ்க்கையைத் தொட்டு ஸ்பர்ஸிக்க வேண்டாம். யூட்யூபிலேயே பார்த்து சகலமும் முடித்து விடலாம். வாழ்க்கை எங்கே இருக்கிறது? புத்தகத்தில். இதற்குக் காரணம், நம் கல்வி முறை. அராத்துவிடம் சொன்னேன். அவர் தன்னுடைய ஆறு வயதுக் குழந்தையை - பெண் குழந்தை - ஊட்டியில் உள்ள லாரன்ஸில் சேர்த்திருக்கிறார்.

"உங்கள் மனைவி என்ன சொன்னார் அராத்து?" என்று கேட்டேன். "அவளை கன்வின்ஸ் செய்து விட்டேன். மாமியார்தான் ஒரே அழுகை" என்றார். மாமியாராவது அழுதார். அவந்திகா இனிமேல் அராத்துவின் முகத்திலேயே விழிக்க மாட்டேன் என்று சபதம் செய்து விட்டாள். கொலைகாரன் கொலைகாரன் என்கிறாள். பல நாட்கள் உறங்கி இருக்க மாட்டாள் என்று நினைக்கிறேன்.

"நான்தான் சொன்னேன்" என்றேன். "நீ சொன்னாலும் அவருக்கு

புத்தி எங்கே போயிற்று... கொலைகாரன்... கொலைகாரன்" என்றாள். நான் சிரித்துக் கொண்டே நகர்ந்து விட்டேன்.

அது மட்டும் அல்ல; அவருடைய நாலு வயது மகனுக்கும் இப்போதே முன்பதிவு செய்து விட்டார். அவனுக்கும் இடம் கிடைத்து விட்டது. ஆறு வயதில் லாரன்ஸ் போய் விடுவான்.

கொஞ்சம் யோசியுங்கள். இன்றைய கல்வி முறை சிறுவர்களைக் கொல்கிறது. சரியான மதிப்பெண் வாங்காவிட்டால் செத்து சுண்ணாம்பாக வேண்டும். அதை விடுங்கள். பள்ளிக்கூடத்துக்கு எப்படிப் போகிறார்கள்? எவ்வளவு ட்ராஃபிக் ஜாம்? எவ்வளவு பிரச்சினைகள்? இன்றைய கல்விக் கூடங்கள் மாணவர்களுக்கு சிறைச்சாலைகள்.

ஒரு உதாரணம்.

ஒருநாள் என் சிநேகிதி ஒருவரின் வீட்டுக்குச் சென்றேன். காலை ஒன்பது மணி இருக்கும். அவர் அமெரிக்க ஆங்கிலத்தில் (அவர் ஆங்கிலத்தில் சொன்னதை நான் இங்கே தமிழில் எழுதுகிறேன்) "யெஸ் மேடம்... சரி மேடம்... எக்ஸ்ட்ரீம்லி சாரி மேடம்... இனிமேல் நானே கவனித்து அனுப்புகிறேன் மேடம்... இந்த ஒரே ஒருமுறை மன்னித்து விடுங்கள் மேடம்... ப்ளீஸ் மேடம்... இதோ, யூனிஃபார்மை எடுத்துக் கொண்டு வந்து கொண்டிருக்கிறேன் மேடம்... இனிமேல் எப்போதும் இப்படி நடக்காமல் பார்த்துக் கொள்கிறேன் மேடம்... இந்த ஒருமுறை மட்டும் மன்னித்து விடுங்கள் மேடம்" என்று கெஞ்சிக் கொண்டிருந்தார்.

என் சிநேகிதி மிகவும் சுயமரியாதை உள்ளவர். யாரிடமும் பணிந்தே பேசாதவர். அப்படிப்பட்டவரா இப்படி? என்ன நடக்கிறது? யாரிடம் இப்படிக் குழைந்து குழைந்து பேசி மன்னிப்புக் கேட்கிறார்? இது கனவா நனவா?

அவர் பேசி முடிக்கும் வரை காத்திருந்து கேட்டால், அவருடைய மகன் வெள்ளைச் சீருடை அணியாமல் நீலச் சீருடை அணிந்து பள்ளிக்குப் போய் விட்டானாம். அந்தக் கொலைக் குற்றத்துக்குத்தான் இத்தனை குழைவு, இத்தனை மன்னிப்பு.

ஓடினார் என் தோழி. ஆனால் கதை இனிமேல்தான் இருக்கிறது. அவர் மகன் ஒரு மணி நேரம் வகுப்புக்கு வெளியே நின்று கொண்டு இருந்திருக்கிறான். ஆனால் அவனிடம் ஒரு துளி பயமோ வருத்தமோ இல்லை. “அடப் போம்மா... அது ஒரு லூஸு” என்றானாம் தன் பிரின்ஸிபாலைப் பற்றி.

திங்கள்கிழமை வெள்ளைச் சீருடை. மற்ற தினங்களில் நீலச் சீருடை. அன்று திங்கள்கிழமை என்பதை தாயும் சேயும் மறந்து விட்டனர். என் தோழி பிரின்ஸிபாலை நேரில் பார்த்து மன்னிப்புக் கேட்டதும்தான் அந்தப் பையனை உள்ளே சேர்த்து இருக்கிறார்கள்.

இந்த அமைப்பின் மீது நான் மூத்திரம் அடிப்பேன் என்றேன். காறி உமிழ்வேன் என்றேன். இதுவா கல்வி? அந்தப் பையன் ஒரு *Prodigy*. எனக்கு நன்றாகத் தெரியும். செஸ் கற்றுக் கொண்டால் அவன் சர்வதேச அளவில் வருவான். கற்றுக் கொள்ளேன்டா என்றேன். “இப்போவே *stress* தாங்க முடியல அங்க்கிள்,” என்றான். விட்டு விட்டேன்.

“அராத்து, இப்படிப்பட்ட கல்வி முறையிலா உங்கள் குழந்தைகள் படிக்க வேண்டும்?” என்றேன்.

என் மகன் கார்த்திக்கை அப்படிப் படிக்க வைக்க என்னிடம் பணம் இல்லை. ஆண்டுக்கு நாலு லட்சம்.

இப்படி என் வாசகர்கள் அத்தனை பேரும் ஒரு *sect*-ஐச் சேர்ந்தவர்களாக இருக்கிறார்கள்.

ஜூன் 2, 2013

ஹலோ கூட சொல்ல மாட்டேன் (4)

சாரு அவர்களுக்கு,

உங்களுடைய 'ஹலோ கூட சொல்ல மாட்டேன்' பதிவில், இரண்டு துணுக்குகளைச் சொல்லி இருந்தீர்கள்.

ஒன்று, சார்த்தர் பற்றி. மற்றது, பர்ரோஸ் பற்றி.

இரண்டு துணுக்குகளிலும் நிறைய தகவல்/கருத்துப் பிழைகள்.

பர்ரோஸ் பற்றிய விஷயம் முதலில். பர்ரோஸ் தன் மனைவியைக் கொன்றது தஞ்ஜியரில் அல்ல. அது நடந்தது மெஹிகோவில். அந்த துர்ச்சம்பவம் நடந்த சமயம் அவர் அமெரிக்க அரசாங்கத்தின் சிறையில் இருந்து தப்பிக்க மெஹிகோ ஓடி ஒளிந்து கொண்டு இருந்தார். அவரது குற்றத்தை நீக்கச் சொல்லி அமெரிக்க அரசாங்கம் வேண்டிக் கொள்ளவும் இல்லை. அதைப் பற்றிய தகவல்கள் விக்கிப்பீடியாவில் உள்ளன.

அதன்படி பார்த்தால் பர்ரோஸ் பற்றிய துணுக்கு பெரும் தகவல் பிழைகள் நிரம்பியது. கருத்துப் பிழை என்றால், அமெரிக்க அரசாங்கம் அவரைக் காப்பாற்ற ஒன்றும் செய்யவில்லை. அவர் அமெரிக்க அரசாங்கத்தின் சிறையில் இருந்து தப்ப மெஹிகோ ஓடி ஒளிந்து கொண்டார் என்பதே உண்மை.

சரி, அடுத்தது சார்த்ர் பற்றிய விவரம். நீங்கள் குறிப்பிட்டபடி பார்த்தால், சார்த்தர் ஒரு பெரும் கலகக்காரன் என்று விவரம் தெரியாதவர்கள் எண்ணக் கூடும். அது என்ன அப்படிப்பட்ட உண்மையா?

சார்த்தர் தன் வாழ்க்கையில் கலகக்காரராக இல்லை. ஜெர்மானிய நாஜி ஆக்கிரமிப்பின் பொது, சார்த்தர் ரொம்ப சொகுசான வாழ்க்கை வாழ்ந்து கொண்டு இருந்தார். போர் முடிந்ததும், அவர் கம்யூனிஸ்ட் ஆனார். ஸ்டாலினின் கொடுமைகளை ஆதரித்துப் பேசினார்.

தன்னுடைய அந்திமக் காலத்தில் அவர் கண் தெரியாமல் இருந்த போது கொடுத்த பேட்டியில், "நான் இருத்தலியலைப் பற்றி எழுதியதின் முக்கிய காரணம், அந்த சமயத்தில் அது பற்றிய விவாதங்கள்தான் பிரபலமாக இருந்தன" என்று சொன்னார். தன் சொந்த வாழ்க்கையில், *"I never experienced angst"* என்றும் கூறினார்.

உங்களுக்கும் சினிமாவில் வசனம் எழுத ஆசை இருக்கிறது, நடிக்க ஆசை இருக்கிறது. நான் சினிமாக்காரன் காலில் விழுவதில்லை என்ற பிம்பத்தை உருவாக்க நீங்கள் முயல்வதும், சினிமா வசனம் எழுதுபவர்கள் எல்லோரும் சினிமாக்காரன் காலில் விழுபவர்கள் என்று சொல்வதும் அபத்தமாக இருக்கிறது. மிஷ்கினின் படத்தை நீங்கள் ஆகா ஓகோ என்று புகழ்ந்தது எல்லோருக்கும் தெரியும்.

சினிமா வசனகர்த்தாவின் தரம் சினிமா வசனத்தில் தெரியும். எழுத்தாளனை எழுத்தைக் கொண்டு அறியலாம். நீங்கள் குறிப்பிட்ட பர்ரோஸும் சரி, சார்த்தரும் சரி, பணத்திற்காக எழுதியவர்கள்தாம்.

ராஜா

ராஜா,

என்னை அவமானப்படுத்த வேண்டும் என்ற நோக்கத்தில் எழுதியிருப்பதால் அன்புள்ள என்றோ டியர் என்றோ

பாசாங்கு வார்த்தைகளை உபயோகிக்காமல் நேரடியாக சாரு என்று அழைத்திருப்பதற்கு நன்றி. ஆனால் அவர்கள் கூட தேவையில்லை. உங்கள் நோக்கம் என் கோவணத்தை அவிழ்த்துக் கை தட்டிச் சிரிப்பது. அதற்கு ஏன் அவர்கள் என்ற அடைமொழி? தேவையில்லை. ஆனால் உங்கள் நோக்கத்தில் நீங்கள் தோற்று விட்டீர்கள். ஏனென்றால், நான் உணர்ச்சிகளே இல்லாத ஜடம். என் தந்தை இறந்த செய்தி கேட்டதும், "ஒரு கட்டுரை எழுதிக் கொண்டிருக்கிறேன். மதியம் ஆகும். தாமதமானால் பிரேதத்தை எடுத்து விடுங்கள்" என்று என் தம்பியிடம் சொன்னேன். பத்து ஆண்டுகள் உயிருக்கு உயிராய் பழகிய பெண் விவாகரத்து நோட்டீஸ் கொடுத்த போது, "ஆஹா, என் பாக்கியம்" என்று சொல்லி டாட்டா காண்பித்தேன். ஆத்மார்த்தமாகப் பழகிய நண்பன் குட் பை சொன்ன போதும் அது என்னைச் சிறிதும் பாதிக்கவில்லை. ஒருவர் என்னைத் தொலைக்காட்சியில் அடா போடா என்று பேசியபோதும் அப்படியே. என்னை நீங்கள் அவமானப்படுத்த முடியாது. ஆனால், கோவணம் கட்டிய முனிவனின் கோவணத்தை அவிழ்த்து விட்டுச் சிரிக்க நினைக்கும் போக்கிரியை விதி தண்டிக்கும்.

உங்களை எண்ணியும் உங்கள் அம்மா, அப்பா, குழந்தைகள், அண்ணன் தம்பிகள், அக்கா தங்கைகள், மனைவி, ஏன் உங்கள் அதிகாரி எல்லோரையும் எண்ணி வருந்துகிறேன். ஒரு எழுத்தாளனையே அவமதிக்க நினைக்கும் நீங்கள் அவர்களையெல்லாம் என்ன பாடு படுத்துவீர்கள்? புரியவில்லையா? உங்கள் கடிதத்தின் கடைசியில், "உங்களுக்கும் சினிமாவுக்கு வசனம் எழுத ஆசை இருக்கிறது, நடிக்க ஆசை இருக்கிறது" என்று எழுதியிருக்கிறீர்களே, அதைத்தான் சொல்கிறேன். ஒருவரின் ஆசை என்ன என்று அவருக்கே சரியாகத் தெரியாது. அப்படியிருக்கும் போது அவருடைய ஆசை பற்றிக் கூற நீர் யார் ஐயா? இதேபோல் நீர் உம்முடைய அம்மா, அப்பா, தங்கை, அக்கா, தம்பி, அண்ணன், குழந்தை என்று எல்லோருடைய ஆசையையும் சொல்லிச் சொல்லி எப்படி அவர்களையெல்லாம் வதைப்பீர் என்று நினைத்துத்தான்

கவலைப்படுகிறேன். நீர் என்ன பெரிய உளவியல் நிபுணரா? அல்லது, கடவுளா? என் ஆசை பற்றி என் மனைவிக்கே தெரியாத போது நீர் எப்படிக் கண்டு பிடித்தீர்?

ஆனால் ஒரு விஷயம். என் ஆசை என்ன என்று எனது ஒவ்வொரு கட்டுரையிலும் சொல்லிக் கொண்டிருக்கிறேன். இத்தினியூண்டு மூளை இருந்தால் கூட அதைத் தெரிந்து கொண்டு விடலாம். பர்ரோஸ், சார்த்தர் பற்றியெல்லாம் என் விவரப் பிழைகளைக் கண்டு பிடிக்கும் உமது மூளைக்கு நான் ஒவ்வொரு கட்டுரையிலும் குறிப்பிடும் ஒரு விஷயம் எப்படித் தெரியாமல் போயிற்று? விக்கிபீடியாவில் சாரு நிவேதிதாவின் ஆசை என்று போட்டு இல்லையா?

புக்கர் பரிசு பெறுவதுதான் என் ஆசை. புக்கர் இல்லாவிட்டால் DSC. DSC இல்லாவிட்டால் IMPAC. IMPAC இல்லாவிட்டால் இன்னொன்று. இப்படி முப்பது சர்வதேசப் பரிசுகள் உள்ளன. என் மொழிபெயர்ப்பாளர்கள் தாமதம் செய்து கொண்டிருப்பதால்தான் இப்பரிசுகளும் எனக்குக் கிடைக்காமல் உள்ளன. எனவே நீர் நினைப்பது போல் சினிமாவில் நடிப்பதோ வசனம் எழுதுவதோ என் ஆசை அல்ல. ஒரு பேச்சுக்குச் சொல்கிறேன். நான் ஒரு பெண் என்று வைத்துக் கொள்வோம். அப்படியே நான் உமது மனைவி என்றும் வைத்துக் கொள்வோம். (முன் ஜென்மத்தில் மிகப் பெரிய பாவத்தைச் செய்துதான் தமிழ் எழுத்தாளனாகப் பிறந்திருக்கிறேன். அதை விடப் பெரிய பாவத்தைச் செய்து உமது மனைவியாகி விட்டேன் என்று வைத்துக் கொள்வோம்.) ஒரு வாதத்துக்காகத்தானே, நெருப்பு என்றால் சுட்டு விடுமா? *If I were your wife...* நீர் ஒரு சிறிய விவாதத்தில் என்னிடம் அதாவது, உம் மனைவியாகிய என்னிடம் "உனக்குப் பக்கத்து வீட்டுக்காரனோடு படுக்கத்தானேடி ஆசை, பத்து பேரோடு க்ரூப் செக்ஸ் வைத்துக் கொள்ளத்தானேடி ஆசை?" என்று கேட்டால், நான் அதாவது, உம்முடைய மனைவி உம்மைத் துடைப்பக்கட்டையால்தானே அடிப்பேன்? அதே மாதிரிதான் என் ஆசை பற்றிச் சொல்லியிருக்கிறீர்கள்.

வசனம் எழுதுவதா என் ஆசை? சச்சின் டெண்டூல்கருக்கு சைக்கிள் ரிப்பேர் கடையில் ட்யூபுக்குக் காற்று அடிக்கும் வேலை செய்ய ஆசை வருமா? நாயர் கடையில் டீ போடும் ஆசை வருமா? என்ன பேச்சு பேசுகிறீர் நீர்? என்னுடைய ஆசை புக்கர் பரிசு ஐயா. நான் போட்டி போடுவது ஸல்மான் ருஷ்டியோடும் ஓரான் பாமுக்கோடும். தமிழ் எழுத்தாளர்களோடு அல்ல; இதை நீர் முதலில் தெரிந்து கொள்ள வேண்டும்.

மழையில் முளைக்கும் ஈசல்களைப் போல் திடீர் திடீரென்று என் எழுத்தைப் படித்து விட்டு எதையாவது நாக்கில் நரம்பில்லாமல் கடிதம் எழுதி விடுகிறீர்கள். நான் நூறு முறை இது பற்றி எழுதி விட்டேன். இப்போதும் உம் மரமண்டைக்காக எழுதுகிறேன். (உம் கடிதத்தைக் கூட *spam*-இல் போட்டிருப்பேன். ஆனால் அதில் இரண்டு முக்கியமான விஷயங்கள் இருந்ததால் வேலை மெனக்கெட்டு பதில் எழுதிக் கொண்டிருக்கிறேன்).

மகாநதி வந்து எத்தனை ஆண்டுகள் இருக்கும்? இருபது ஆண்டுகள். முகப்பேர் பக்கத்தில் ஏதோ ஒரு பாடாவதி தியேட்டரில் அந்தப் படத்தைப் பார்த்து இரவோடு இரவாக அதற்கு மதிப்புரை எழுதி, ஆழ்வார்ப்பேட்டைக்கு பஸ் பிடித்து வந்து கணையாழி அலுவலகத்தில் கஸ்தூரி ரங்கனை நேரில் சந்தித்துக் கட்டுரையைக் கொடுத்தேன். இஷ்யூ முடித்து விட்டேனே என்றார். பரவாயில்லை சார், கட்டுரையைப் படித்து மட்டும் பாருங்கள் என்றேன். என்னை உட்காரச் சொல்லி விட்டுப் படித்தார்.

படித்து விட்டு, ஆஹா என்று சொல்லி எழுந்து நின்று, “இந்தக் கட்டுரை இந்த இஷ்யூவிலேயே வந்தாக வேண்டுமே” என்று சொல்லி விட்டு, ஒரு தொடர் கட்டுரையை நீக்கி விட்டு என் கட்டுரையைப் பிரசுரித்தார். அதைப் படித்து விட்டு, கமல் எனக்குக் கடிதம் எழுதினார். அந்த நட்பை நான் தக்க வைத்துக் கொண்டிருந்தால் நான் பாலகுமாரனைப் போல் சீனியர் வசனகர்த்தா ஆகியிருப்பேன். ஆனால் நான் உண்மையை மட்டும்தானே பேசுவேன்? அதைத்தான் என்னைப் பற்றி பார்த்திபன் கௌதம் மேனனிடம் சொன்னார். உண்மையைப்

பேசும் நண்பர் என்று. உண்மை என்று absolute ஆக எதுவும் இல்லை. என் மனதுக்குப் பட்ட உண்மை என்று பொருள். குருதிப் புனல் வந்த போது கமலின் நட்புக்காக நான் வாயை மூடிக் கொண்டிருந்திருந்தால் நான் சினிமாவில் வசனம் எழுதியிருக்கலாம். முன்னுக்கு வந்திருக்கலாம்! இல்லையே? சாக்கடைப் புனல் என்று சிறிய புத்தகமே போட்டேன், என் செலவில். அதைப் படித்து விட்டு நேரில் என்னை ஒரு மணி நேரம் திட்டினார் ஒரு நடிகை. எவன் ஐயா என்னை வசனம் எழுதக் கூப்பிடுவான்?

பருத்தி வீரன் வந்தது. பாராட்டினேன். அமீர் நண்பரானார். யோகி வந்தது. போடு போடு என்று போட்டேன். பகை. பாலாவின் படங்களை முதல் படத்திலிருந்து கிழித்துக் கொண்டிருக்கிறேன். பரதேசி விமர்சனத்தைப் படித்து விட்டு அவர் எனக்கு ஹலோ சொல்வாரா என்பதே கூட சந்தேகம். இப்படி சமரசமே செய்யாமல் வாழும் ஒருவன் சினிமாவுக்கு வசனம் எழுதுவது சாத்தியமா? அப்படி சாத்தியம் இல்லாத ஒரு விஷயத்துக்கு ஆசைப்படும் அளவுக்கு நான் முட்டாளா? அப்படியே இருந்தாலும் வசனம் எழுதுவது என்ன பெரிய இமாலய விஷயமா? அதில் என்ன பெருமை மயிர் இருக்கிறது? காசு வரும். அவ்வளவுதானே? வேசைத்தனம் செய்தால் கூடத்தான் காசு வரும். அதைச் செய்வீர்களா? நான் வசனம் எழுத ஆசைப்பட்டால் பரதேசி படத்துக்கு அப்படி ஒரு விமர்சனம் எழுதியிருக்கக் கூடாது. எனக்குப் பணத் தேவை இருக்கிறது. ஆனால் அது எனக்கு என் எழுத்தின் மூலமாக மட்டுமே வர வேண்டும். வசனம் எழுதுவது எழுத்து அல்ல. அது ஒரு கூலி வேலை. அதை ஒரு உதவி இயக்குனர் கூட சுலபமாகச் செய்ய முடியும்.

நடிப்பதிலும் எனக்கு ஆசை இல்லை. ஒரு ஹாலிவுட் இயக்குனர் தமிழர். ஹாலிவுட்டில் அவர் படங்கள் விருதுகளைப் பெற்றிருக்கிறது. என்னை எவ்வளவோ கெஞ்சிக் கூப்பிட்டார். ஆடுகளத்தில் வ.ஐ.ச. ஜெயபாலன் செய்த ரோலைப் போல் ஒரு ரோல் இருக்கிறது என்று. Exaggerate செய்யவில்லை; நூறு முறை அழைத்தார். பிறகு அவர் போன் வந்தால் எடுப்பதையே

விட்டு விட்டேன். நான் இப்போது ஆங்கில இலக்கிய உலகில் நுழைந்து அதில் இயங்கிக் கொண்டிருக்கிறேன். இன்னும் படிக்க வேண்டியது ஏராளமாக உள்ளது. இந்த நிலையில் நடிக்கப் போவது அறிவீனம். அதனால்தான் அந்த நண்பரின் அழைப்பை ஏற்க மறுத்தேன். மறுத்ததால் அவர் நட்பையும் இழந்தேன். ஏனென்றால், நடிப்பதால் எனக்கு எந்த லாபமும் இல்லை. பணம் வரும். ஆனால் கோடிக்கணக்கான ரூபாய் மதிப்புள்ள என் நேரம் போய் விடும். மேலும், பசங்க படத்தில் வாத்தியாராக நடித்தாரே ஜெயப்பிரகாஷ் என்ற ஜேப்பி, அவர் நடிக்க வருவதற்கு முன்னால் ஒரு தயாரிப்பாளர். காசு பண்ண முடியவில்லை. இப்போது நடிப்பின் மூலம் பண மழை பொழிகிறது. புகழும் எக்கச்சக்கம். ஆனால், ஒரு எழுத்தாளனான எனக்கு சினிமாவின் வரும் புகழ் தூசுக்குச் சமானம். புக்கர் பரிசுக்கான நெடும் பட்டியலில் என் பெயர் வர வேண்டும் என்று ஆசைப்படுகிறேன். நடிகனாக அல்ல. மேலும், நடிப்பு என்பது க்ஷணநேரப் புகழையே தரும். பாண்டியன் என்று ஒரு நடிகர் இருந்தார். ஹீரோவாக எல்லாம் நடித்தார். யாருக்காவது ஞாபகம் இருக்கிறதா? இதுபோல் ஆயிரம் நடிகர்கள் வருவார்கள்; போவார்கள். ஆனால் ஒரே ஒரு கம்பன்தான்; ஒரே ஒரு இளங்கோதான். எத்தனையோ சங்கப் புலவர்களின் ஒருசில பாடல்கள்தான் இருக்கின்றன. ஆனால் காலம் உள்ளளவும் இருக்கும் சாகா வரம் பெற்ற பாடல்கள் அவை. நடிப்பின் மூலம் வரும் புகழ் கால வெள்ளத்தில் அடித்துக்கொண்டு போய்விடும். எழுத்து மட்டுமே நிற்கும். ஏனென்றால், நடிகர்கள் வெறும் *entertainers; but we, the writers, are the monks of the world; lords of the world.* நான் எழுதும் எழுத்து *Sappho* எழுதிய கவிதைகளைப் போல் ஆயிரக்கணக்கான ஆண்டுகள் நிலைத்திருக்கும். அப்பேர்ப்பட்ட சாகாவரம் பெற்ற எழுத்தை உருவாக்கும் நான் நடிக்கப் போவதா? உம்மைக் கடவுள் மன்னிக்கட்டும்.

நூறு முறை சொன்ன உதாரணத்தை மீண்டும் சொல்கிறேன். எம்.கே.டி. பாகவதர்தான் தமிழ் சினிமாவின் முதல் சூப்பர் ஸ்டார். கொலைக் கேஸில் ஜெயிலுக்குப் போய் வந்தார். புகழும்

போனது. பணமும் போனது. கண் பார்வையும் போய் விட்டது. ஒரு காலத்தில் அவர் பாட்டைக் கேட்க மரக்கிளைகளிலும் விளக்குக் கம்பங்களிலும் நிற்பார்கள் மக்கள். அப்படி நின்று மின் அதிர்ச்சியில் செத்திருக்கிறார்கள். அவர் வந்தால் சமையலை அப்படியே போட்டு விட்டு ஓடுவார்களாம் பெண்கள். அப்பேர்ப்பட்டவர் சமயபுரம் மாரியம்மன் கோவிலில் கண் பார்வை இல்லாமல் உட்கார்ந்திருந்த போது யாரோ குருட்டுப் பிச்சைக்காரன் என்று நினைத்து ஒருவர் காசு போட்டிருக்கிறார். கருங்கல் தரையில் விழுந்த அந்த நாணயத்தின் ‘ணங்’ என்ற சப்தம் பற்றி மனம் குமுறி அழுதிருக்கிறார் எம்.கே.டி. என் காதிலும் அந்த ‘ணங்’ என்ற சப்தம் என் ஆயுள் உள்ளளவும் கேட்டுக் கொண்டே இருக்கும். நடிப்பினால் வரும் புகழ் அப்படித்தான் முடிவுறும். அப்படிப்பட்ட தொழிலின் மீதா நான் ஆசைப்படுவேன்?

மற்றபடி நீர் குறிப்பிடும் பர்ரோஸ் விஷயத்தை வாசகர்கள் குறித்துக் கொள்ள வேண்டும். நான் அதை விக்கிபீடியாவில் சரி பார்த்திருக்க வேண்டும். இனிமேல் இப்படிப்பட்ட பிழைகள் ஏற்படாமல் தவிர்க்க முயல்கிறேன்.

மேலும், நான் எழுதியவை துணுக்குகள் என்று எழுதியிருக்கிறீர். பன்றியானது மலத்தையே உணவாகத் தின்பதால் பாயசத்தையும் மலம் என்றுதான் நினைக்குமாம். உமக்கு நான் எழுதியது துணுக்காகத் தெரிந்ததும் அப்படித்தான். பத்திரிகையில் துணுக்கு படிப்பவர்களெல்லாம் என் எழுத்தைப் படித்து ஏன் தாலி அறுக்கிறீர்கள் ஐயா?

மேலும், நான் எந்த இடத்திலும் சார்த்தரை கலகக்காரர் என்று சொல்லவில்லை. கலகக்காரர் என்று நினைத்திருந்தால் எக்ஸிஸ்டென்ஷியலிஸமும் ஃபேன்ஸி பனியனும் என்று நாவலுக்குப் பெயர் வைத்திருப்பேனா? சார்த்தரைக் கிண்டல் செய்வதுதான் அந்த நாவல்.

எனவே இனிமேல் எதையும் புரிந்து கொள்ளாமல் இப்படி முட்டாள்தனமாக எனக்குக் கடிதம் எழுதாதீர்.

இனிமேல் உம்மிருந்து கடிதம் வந்தால் அது என்னைத் திட்டும் ஆபாசக் கடிதமாகத்தான் இருக்கும். எனவே அதை spam இல் போட்டு விடுவேன்.

சாரு

ஜூன் 3, 2013

ஞானம் (1)

"அன்புள்ள சாரு,

உங்களுக்கு தமிழ்நாட்டில் / இந்தியாவில் உரிய அங்கீகாரம் கிடைக்கவில்லை என்று புலம்புவதை நீங்கள் என்றைக்கு நிறுத்தப் போகிறீர்கள்?

கிராமத்துச் சந்தையில் பொருள் விலை போகவில்லை என்றால் ஒரு வியாபாரி என்ன செய்வான்? எங்கே விலை போகுமோ அங்குதானே கொண்டு போவான்?

உங்கள் எழுத்து உங்களுக்கு சம்பாதித்துத் தர வேண்டுமானால் நீங்கள் அதற்கான இடத்தில் விற்பனை செய்ய ஏன் முயற்சிக்கவில்லை? இன்றைய தேதியில் சினிமாதான் அதற்குத் தோதான இடம்.

உங்கள் புலம்பலும் தற்பெருமையும் சகிக்கவில்லை. உங்கள் எழுத்துலகத் தொடர்புகளை வைத்து சினிமா உலகத்துக்குள் நுழையப் பாருங்கள். இல்லையென்றால் உங்கள் ஆயுள் முழுவதும் நீங்கள் ஏழை எழுத்தாளர்தான். ஏழையாகப் பிறப்பது நம் தவறில்லை. ஏழையாக மரிப்பது நம் தவறுதானே!

சினிமாவுக்காக நான் சமரசம் செய்துகொள்ள மாட்டேன் என்று நீங்கள் சொன்னால் அது அறிவீனம். இணையத்தில்

பிச்சை எடுப்பதைவிட அது எவ்வளவோ மேல்."

இப்படியாக ஒரு வாசகர் கடிதம். புலம்புவதும் புலம்பாமல் இருப்பதும் என் இஷ்டம். அதை நிறுத்தச் சொல்ல இவர் யார்? போலீஸா? ராணுவமா? மடாதிபதியா? ஒரு எழுத்தாளன் இதை எழுத வேண்டும் இதை எழுதக் கூடாது என்று சொல்ல யாருக்கு அதிகாரம் இருக்கிறது? என் ப்ளாகில் நான் எதை வேண்டுமானாலும் எழுதுவேன். அதைக் கேட்கும் உரிமையை இவருக்குக் கொடுத்தது யார்? என் புலம்பல் பிடிக்கவில்லை அல்லவா? அப்புறம் ஏன் என் ப்ளாகைப் படிக்கிறார்? கிராமத்துச் சந்தையில் விற்பதற்கு நான் என்ன கத்தரிக்காய் வியாபாரியா? கிராமத்துச் சந்தைக்கும் எழுத்துக்கும் வித்தியாசம் தெரியாத மரமண்டையெல்லாம் இலக்கியம் படிக்க வருவது நம் சூழலின் அவலங்களில் ஒன்று. நான் வாசகர்களுக்கு வழங்குவது ஞானம். ஞானம் விலை மதிப்பில்லாதது. இதை நான் இலவசமாகவே வழங்கிக் கொண்டிருக்கிறேன். இந்த ஞானத்தை சாணி என்று ஒருவர் நினைத்தால் இந்தப் பக்கம் வராமல் இருப்பதுதானே நியாயம்? ஏன் வருகிறார்? ஏன் என் புலம்பலைப் படிக்கிறார்?

ஒரு கடையில் ஊசிப் போன பண்டத்தை விற்கிறான் என்றால் அங்கே ஏன் திரும்பத் திரும்பப் போய் சாப்பிட வேண்டும்? இவரை வருந்தி அழைத்து என் எழுத்தைப் படியுங்கள் என்று நான் கேட்டேனா?

"சினிமாவுக்காக நான் சமரசம் செய்துகொள்ள மாட்டேன் என்று நீங்கள் சொன்னால் அது அறிவீனம். இணையத்தில் பிச்சை எடுப்பதைவிட அது எவ்வளவோ மேல்."

இது இவரது வசனம். எந்த மகனும் தன் வறுமை பற்றிக் கூறும் தாயிடம், "நீ சமரசம் செய்து கொள்ளேன் அம்மா; ஏதாவது காசு வரும் தொழில் செய்யேன்" என்று சொல்ல மாட்டான். நீங்கள் என்னிடம் சமரசம் செய்து கொள்ளச் சொல்வது விபச்சாரம் செய் என்று சொல்வதைப் போல் உள்ளது. என் வயது அறுபது. அறுபது வயதுக்கு மேல் சமரசம் செய்து கொள்வது எண்பது வயது கிழவி விபச்சாரம் செய்யத்

துணிவதற்கு சமம். என்னைப் பார்த்து சமரசம் செய்து வாழ் என்று சொல்ல நீர் வெட்கப்பட வேண்டாம்? நம் மதிப்பீடுகள் எந்த அளவுக்கு மலினமடைந்து விட்டன என்பதையே மேற்படி கடிதம் உணர்த்துகிறது. அந்தக் கடிதத்துக்கு பதில் எழுத வேண்டாம் என்றே நினைத்திருந்தேன். ஆனால் நேற்று நடந்த சில சம்பவங்களே அதற்கு பதில் எழுத வேண்டிய கட்டாயத்தை உருவாக்கியது.

மேலும் ஒன்று. இன்று தமிழ் சினிமாவில் நல்ல வசனம் எழுத ஆட்கள் இல்லை. திரும்பத் திரும்ப எல்லா படங்களுக்கும் எஸ். ராமகிருஷ்ணனே வசனம் எழுதிக் கொண்டிருக்க முடியாது. அது அவருக்கு சாத்தியம் அல்ல. அதனால் சமரசமே செய்து கொள்ளாத என்னையும் பல இயக்குனர்கள் வசனம் எழுதச் சொல்லி அணுகிக் கொண்டுதான் இருக்கிறார்கள். அங்கேயும் சம்பளம்தான் பிரச்சினை. நேற்று ஒரு இயக்குனர் அற்புதமான ஒரு கதை சொன்னார். என் கதை மாதிரியே இருக்கிறதே என்று ஆச்சரியப்பட்டேன். எல்லா தமிழனின் கதையும் இதுதானே சார் என்றார். படம் வரும்போது நான் சொல்வது உங்களுக்குப் புரியும். சம்பளம் எவ்வளவு என்று அவர் என்னிடம் கேட்டார். உங்களுக்கே தெரியுமே என்றேன். நீங்கள் சொல்லுங்கள் என்றார். ஒரு தொகை சொன்னேன். ஒரு எழுத்தாளரின் பெயரைச் சொல்லி அவர் ஒரு லட்சத்துக்கு எழுதித் தருகிறாரே என்றார். அப்படியானால் அவரை அணுகுங்கள் என்று சொல்லி விட்டேன்.

ஒரு கல்லூரியில் என்னைப் பேச அழைத்தார்கள். சென்னையின் மிகப் பிரபலமான கல்லூரி என்றால் அதுதான். எவ்வளவு தொகை கொடுப்பீர்கள் என்றேன். தொகையா என்று ஆச்சரியப்பட்டார்கள். எழுந்து வந்து விட்டேன். பிறகுதான் அங்கே பணிபுரியும் ஒரு ஆசிரியை சொன்னார்; அங்கே போய் மாணவர்களிடையே பேசுவதே எனக்குப் பெரிய கௌரவமாம். எப்படி இருக்கிறது கதை?

தனியார் கல்லூரிகளில் பேராசிரியர்களுக்கு எவ்வளவு சம்பளம் தெரியுமா? ஏழாயிரம் ரூபாய். நானும் கல்லூரி முதலாளியும்

பேசிக் கொண்டிருந்த போது எங்களுக்கு தேநீர் கொடுத்தவர் யார் தெரியுமா? அந்தக் கல்லூரியின் தமிழ்த் துறைத் தலைவர். அவரேதான் நாங்கள் தேநீர் அருந்திய எச்சல் டம்ளரையும் எடுத்துக் கொண்டு போனார். அந்தக் கல்லூரி முதலாளி கல்லூரி கட்டுவதற்கு முன்பு பெரிய ஒரு மளிகைக் கடை வைத்திருந்தாராம். இப்போதும் மளிகைக் கடை இருக்கிறது. மளிகைக் கடையின் எக்ஸ்டென்ஷன் கல்லூரி. இந்த நாடு உருப்படுமா ஐயா?

ஆசிரியன் என்பவன் ஆசான். எழுத்தாளன் என்பவன் பேராசான்... இவர்களை மதிக்கின்ற தேசமே உருப்படும். இல்லாவிட்டால் இந்தியா மாதிரிதான் இருக்கும். அந்த மளிகைக் கடை கல்லூரியில் ஐந்தாயிரம் ரூபாய் சன்மானம் கொடுத்தார்கள். இதே கல்லூரியில் பிரபலமான டிவி பிரமுகர் போனால் ஒரு லட்சம் தருவார்கள். பட்டிமன்றப் பேச்சாளரின் சம்பளம் ஐம்பதாயிரம் ரூபாய்.

பேராசிரியரின் சம்பளம் சொன்னேன் அல்லவா? இங்கே நான் குடியிருக்கும் மயிலாப்பூரில் சாயிபாபா கோவிலைத் தாண்டி ரங்கா சாலை என்று ஒரு சாலை இருக்கிறது. அங்கே உள்ள SVP என்ற தையல் கடையின் வாசலில் எப்போதுமே - கவனியுங்கள் - எப்போதுமே ஒரு போர்டு இருக்கும். தையல்காரர் தேவை: சம்பளம் 25,000/- என்று அதில் பெரிய சைஸில் எழுதி இருக்கும். அந்தத் தையல்காரர் என் நண்பர். நாகேஸ்வர ராவ் பூங்காவில் பழக்கம். ஒருநாள் அந்த போர்டு பற்றி விசாரித்தேன். 25,000/- ரூபாய் சம்பளம் கொடுத்தும் ஆள் கிடைக்க மாட்டேன் என்கிறார்கள் என்றார்.

உண்மைதான். ஒரு கல்லூரியில் பேராசிரியர் என்றால் கௌரவம். அங்கே போய் ஏழாயிரம் சம்பளம் வாங்கிக் கொண்டு கல்லூரி ஓனரின் எச்சல் தட்டைக் கழுவலாம். ஆனால் தையல்காரர் என்றால் மட்டம். இதுதானே சமூகத்தின் மதிப்பீடு? ஆனால் எஸ்விபியிடம் நான் சொன்னேன். "நீங்கள் ஒரு கலைஞன். உங்களுக்கு எவ்வளவு வேண்டுமானாலும் கூலி கொடுக்கலாம். அது கூலி அல்ல; உங்கள் கலைக்கான

பரிசு." நான் சொன்னதைக் கேட்டு நெகிழ்ந்து போனார்.
சரி, விஷயத்துக்கு வருகிறேன். ஒரு தையல்காரரின் சம்பளம் 25000. ஆனால் குழந்தைகளின் ஆசான்களுக்கு சம்பளம் ஏழாயிரம் ரூபாய். ஆசான்களின் ஆசான் ஆன எழுத்தாளர்களுக்கு சம்பளமே இல்லை. ஒரு ஆள் என்னைப் பார்த்து சமரசம் செய்து வாழ் என்கிறார். இப்படிச் சொல்ல வெட்கமாக இல்லை? இவருக்கு சகிக்கவில்லையாம். சகிக்கவில்லை என்றால் ஏன் ஐயா படிக்கிறீர்?

இது போன்ற கடிதங்களைப் பார்க்கும் போது எனக்கு நரகலை மிதித்து விட்டது போல் தோன்றுகிறது.

நேற்று ஒரு பதிப்பாளரிடமிருந்து (உயிர்மை அல்ல) ராயல்டி வந்தது. ஐம்பதாயிரம் ரூபாய். தமிழில் எழுத வெட்கமாக இருக்கிறது ஐயா. நேற்று ராஜேஷிடம் The Alchemy of Desire நாவலை வாங்கிப் படியுங்கள் என்றேன். வாங்கினார். அதில் இரண்டு லட்சம் பிரதிகள் விற்றிருப்பதாகக் கண்டிருக்கிறது என்றார். என் புத்தகம் இருநூறு பிரதிகள் விற்றிருக்கிறது. இதைச் சொன்னால் புலம்பலா?

அறிவற்ற சமூகம் என்பதற்கு இதை விட வேறு என்ன சான்று வேண்டும்? ஆனால் என் புத்தகம் விற்கவில்லை என்பது கூட என் பிராது அல்ல; வேறு ஒருவரின் தமிழ்ப் புத்தகம் இரண்டு லட்சம் பிரதிகள் விற்றிருக்கிறது. அவர் வேறு யாருமல்ல; நீயா நானா கோபிநாத்தின் புத்தகம். என்னிடம் தொலைக்காட்சி இல்லை. தொலைக்காட்சி நிகழ்ச்சிகளைப் பார்ப்பதும் இல்லை. எனக்கு கோபிநாத் புத்தகம் எழுதியிருப்பதும் தெரியாது; அந்தப் புத்தகம் இரண்டு லட்சம் பிரதிகள் விற்றிருப்பதும் தெரியாது. இந்த விஷயம் எனக்குத் தெரிய வந்ததே ஒரு கதை.

நான் ஒரு குறிப்பிட்ட ஆன்மீக வழியில் இருக்கிறேன். ஜிம்கா சாமியார் சம்பவத்துக்குப் பிறகு இனிமேல் என்னுடைய சொந்த ஆன்மீகத் தேடல்கள் பற்றி எதுவும் எழுதுவதில்லை என்று முடிவு செய்து விட்டேன். அதனால் அந்த ஆன்மீக வழியின் பெயர் வேண்டாம். அந்த ஆன்மீக வழியைச் சேர்ந்தவர்கள்

என்னை ஒரு கூட்டத்துக்கு வந்து பேச அழைத்தார்கள். பொதுவாக நான் ஒரு கொள்கையைத் தீவிரமாகக் கடைப்பிடித்து வருகிறேன். இலக்கியம் தெரியாதவர்களோடு பேசுவதில்லை; அவர்களுக்கு ஹலோ கூட சொல்வதில்லை என்பதே அந்தக் கொள்கை. என் வீட்டில் செவ்வாய்க்கிழமை தோறும் தியான வகுப்பு நடைபெறும். இருபது பேர் வருவார்கள். எனக்கு தியானம் பிடிக்கும் என்றாலும் அந்த வகுப்பிலும் நான் கலந்து கொள்வதில்லை. இலக்கியம் தெரியாதவர்களோடு சேர்வதில்லை என்பதே காரணம். அவர்களுக்கு எல்லாம் தேநீர் போட்டுக் கொடுப்பதோடு நிறுத்திக் கொள்வேன். இப்படிப்பட்ட கொள்கையைக் கடைப்பிடித்தாலும் ஒரே ஒருமுறை இந்த விதியைத் தளர்த்தினேன். காரணம், என்னைப் பேச அழைத்தவர் ஒரு பேராசிரியர். அவருடைய படிப்புக்கு மரியாதை கொடுத்து அந்தக் கூட்டத்தில் பேசினேன். அப்போதுதான் புரிந்தது, நான் எவ்வளவு பெரிய தவறு செய்துவிட்டேன் என்று. அவர்களைப் பார்த்தபோது எனக்குப் பரிதாபமாக இருந்தது. காரணம், ஆன்மீகம் என்பது ஒரு அற்புதமான விஷயம். ஆனால் அது இலக்கியம் தெரியாதவர்களின் கையில் கிடைத்தால் மூடர்களாக்கி விடும்.

அந்தக் கூட்டத்தில் நான் பேசிய போது எல்கேஜி குழந்தைகளின் மத்தியில் அணு விஞ்ஞானம் பற்றி விரிவுரை ஆற்றியது போல் இருந்தது. எங்களுக்குள் எந்தத் தொடர்புமே இல்லை. அவர்கள் பேசியதும் செய்ததும் எனக்குக் கோமாளித்தனமாகவும் மனநிலைப் பிறழ்வைப் போலவும் இருந்தது. நான் பேசியதும் அவர்களுக்கு அப்படித்தான் இருந்திருக்க வேண்டும்.

ஆன்மீகவாதிகள் அல்லது ஆன்மீகத்தில் ஈடுபாடு உள்ளவர்கள் எந்த அளவுக்கு முழுமூடர்களாக இருக்கிறார்கள் என்பதற்கு ஒரு உதாரணம் தருகிறேன். எங்கள் வீட்டு தியான வகுப்புக்கு வரும் ஒரு அன்பரை என்னோடு பேசச் செய்தாள் அவந்திகா. பொதுவாக இம்மாதிரி தவறை அவள் செய்யவே மாட்டாள். அவளுக்கு என்னை நன்றாகத் தெரியும். இருந்தாலும் ஏன் செய்தாள் என்று பிறகு கேட்டுத் தெரிந்து கொண்டேன்.

அதாவது, அவர்தான் என்னோடு பேச வேண்டும் என்று பெரிதும் விருப்பப்பட்டு, இவள் தவிர்க்க நினைத்தும் அடிக்கடி நச்சரித்திருக்கிறார்.

விஷயத்துக்கு வருகிறேன், கேளுங்கள். அன்பர் வெளிநாடு எல்லாம் சுற்றியவர். என்னால் அவரைத் தவிர்க்க முடியவில்லை. ஏனென்றால், அவந்திகா என்னை அழைத்து உட்கார வைத்து விட்டாள்.

அவர் தன்னுடைய வீட்டுப் பணிப்பெண்களைப் பற்றி நிறைய குறைகள் சொன்னார். எவ்வளவு சம்பளம் கொடுக்கிறீர்கள் என்று கேட்டேன். ஆயிரம் ரூபாய் என்றார். துணி துவைத்து, பாத்திரம் தேய்த்து, வீடு பெருக்கி, துடைக்க ஆயிரம் ரூபாய். ஒரு மேல் நடுத்தட்டு வர்க்கத்தில் ஆயிரம் ரூபாய் சம்பளம் கொடுத்தால் இப்படித்தான் செய்வார்கள் என்று நினைத்துக் கொண்டேன்; சொல்லவில்லை. எனக்கு அவரிடம் என்ன பேசுவது என்று தெரியாததால் அவர் பேசுவதை மட்டுமே கேட்டுக் கொண்டிருந்தேன். ஒரு எழுத்தாளனைப் பிடித்து, அவனிடம் வந்து தன் வீட்டுப் பணிப்பெண்ணைப் பற்றிக் குறை சொல்லிக் கொண்டிருக்கிறாரே இவரெல்லாம் நல்லவரா கெட்டவரா என்ற சம்சயமே அப்போது என் மனதில் தோன்றிய எண்ணம். சராசரி மனிதர்களின் நடவடிக்கைகளைக் கவனிக்கும் போது அவர்களின் மனநலன் பற்றியே எனக்கு சந்தேகம் வந்து விடுகிறது.

பிறகு என்னைக் கேள்வி கேட்கத் தொடங்கினார்.

காலையில் எங்கே வாக்கிங் போகிறீர்கள்?

நாகேஸ்வர ராவ் பார்க்.

எப்படிப் போவீர்கள்?

ஆட்டோவில்.

ஏன், ஸ்கூட்டரில் அல்லது காரில் போக மாட்டீர்களா?

எனக்கு கார் ஸ்கூட்டரெல்லாம் ஓட்டத் தெரியாது.

ஏன் சார் கற்றுக் கொள்ளலாமே?

கத்துக்கணும்... ஆனா வர மாட்டேங்குதே.

முயற்சி பண்ணினா வரும் சார். ஆட்டோவில் எவ்ளோ கேப்பான்?

அம்பது.

போக அம்பது, வர அம்பதா?

இல்ல, வரும் போது சமயத்துல அறுவது கூட கேப்பான்.

ஓ... நீங்க பயங்கர செலவாளி போல இருக்கே?

'அடப் போடா முட்டாப் புண்டை' என்று மனதில் திட்டிக் கொண்டு 'ஙே' என்று அந்த அன்பரைப் பார்த்தேன்.

அவர் என்னை பயங்கர செலவாளி என்று கண்டு பிடிப்பதற்குள் முக்கால் மணி நேரம் ஆகி விட்டது. மாலை அப்போது ஏழே முக்கால் மணி.

கொஞ்சம் அவசரமான வேலை இருக்கிறது; பிறகு சந்திப்போம் என்று சொல்லியபடி எழுந்தேன். அப்போதும் அந்த அன்பர் என்னை விடவில்லை. கொண்டு வந்திருந்த குண்டாந்தடியால் அப்போது என் மண்டையில் ஒரு போடு போட்டார்.

எங்கே, சாப்பிடவா?

அதுவரை நடித்துக் கொண்டிருந்த நடிப்பைக் கைவிட்டு விட்டு சற்று உணர்ச்சிவசப்பட்டு, "ஏங்க, உங்களை விட்டுட்டா ஓடிப் போய் சாப்பிடுவேன்? அவ்வளவு கெட்டவன் இல்லீங்க நான். கொஞ்சம் அவசர வேலை இருக்கு" என்று சொல்லிக் கொண்டு என் அறைக்குள் போனேன்.

அன்பர் ரொம்பவும் நல்லவர். மறுநாள் காலை ஆறு மணிக்கு என் வீட்டு கேட்டை யாரோ தட்டிய சப்தம் கேட்டது. நான் அப்போதுதான் இஞ்சியை தோல் சீவிக் கொண்டிருந்தேன். காலையில் எழுந்ததும் இஞ்சிச் சாறுதான் குடிக்கிறேன். காலையில் இஞ்சி; மதியம் சுக்கு; இரவில் கடுக்காய் உண்டு

வந்தால் கிழவனும் குமரன் ஆவான். இது தேரையர். யாரடா அது இந்த நேரத்தில் என்று கோபமாக வெளியே வந்தால் என்னை பயங்கர செலவாளி என்று கண்டு பிடித்த அந்த ஆன்மீக அன்பர்.

போலியாக சிரித்தபடி முகமன் கூறினேன். அவர், "பால் எக்ஸ்ட்ராவாகப் போட்டு விட்டார்கள். அதனால் உங்களுக்கு இது உபயோகமாக இருக்குமே என்று எடுத்து வந்தேன்" என்றார். அன்பரின் வீடு பக்கத்துத் தெருதான்.

"இல்லீங்க... நாங்கள் பால் பயன்படுத்துவதில்லை" என்றேன்.

ஏன் என்றார்.

விளக்கினேன். அவர் ஏதோ சொன்னார். நான் பதில் சொன்னேன். பத்து நிமிடம் என் வாழ்வில் வீண். நடைப் பயிற்சிக்குக் கிளம்ப அன்று தாமதமாகி விட்டது.

பத்து நிமிடம் கழித்துக் கிளம்பும்போது கூட என் தலையில் ஒரு குண்டாந்தடியைப் போட அவர் தவறவில்லை. "தினமுமே கொண்டு வந்து தரவா சார்?"

அதுதான் சொன்னேனே சார், நாங்கள் பால் பயன்படுத்துவதில்லை என்று...

ஓ ஆமாம் ஆமாம்.

ஆன்மீகம். ஆன்மீகம்.

நேற்றைய தினம் அந்தப் பேராசிரியர் வீட்டில் ஆன்மீகக் கலந்துரையாடல். பேராசிரியர் வீட்டில் வகுப்பு எடுத்தவர்கள் அத்தனை பேருக்கும் விருந்து. என்னையும் அழைத்திருந்தார். நானும் அங்கே ஒருமுறை உரை ஆற்றியவன் என்ற வகையில்.

ஏற்கனவே பட்டிருக்கிறேனே, நானா போவேன்?

அவந்திகா மட்டும் சென்று வந்தாள். காலையில் எழுந்ததும் அவந்திகா ஒரு செய்தி சொன்னாள். "உன் புத்தகம்தான் விற்கவில்லையே தவிர கோபிநாத் புத்தகம் இரண்டு லட்சம் காப்பி விற்றிருக்கிறது." உனக்கு எப்படித் தெரியும் என்றேன்.

நேற்று அந்தப் பேராசிரியர் வீட்டில் வந்திருந்த அத்தனை பேருக்கும் அந்தப் புத்தகத்தைக் கொடுத்தார்களாம். அதில்தான் இந்த இரண்டு லட்சம் செய்தி போட்டிருந்ததாம்.

கடந்த வாரம் மெரினா கடற்கரைக்கு எதிரே ஒரு புத்தக விழா நடந்தது? அது எழுத்தாளர்களுக்கு நடந்த ஒரு அவமானம். பதிப்பாளர்களுக்கும்தான். அந்த இடத்துக்குப் பக்கத்திலேயே உள்ள நடுக்குப்பம் மீன் சந்தையில் அந்தப் புத்தகச் சந்தையை விட கூட்டம் அதிகமாக இருந்தது. இரவு எட்டு மணி அளவில் இரண்டு பதிப்பாளர்கள் பேசிக் கொண்டிருந்ததைக் கேட்டேன்.

முதலாமவர்: எனக்கு இன்னிக்கு எழுநூறு ரூபாய்க்கு புத்தகம் விற்றிருக்கிறது.

இரண்டாமவர்: நீங்கள் அதிர்ஷ்டக்காரர். எனக்கு இருநூறு ரூபாய்க்குத்தான் விற்றது.

முதலாமவர்: இதுக்குப் பேசாம அங்கே (மெரினா கடற்கரையை நோக்கிக் கையைக் காண்பித்து) போய் உக்காந்து துண்டை விரிச்சுப் போட்டா கூட நிறைய காசு பார்க்கலாம்.

கற்பனையாக எழுதவில்லை. சத்தியமாக இரண்டு பதிப்பாளர்கள் பேசிக் கொண்டதுதான் இது. சமீபத்தில் தினமலரில் ஒரு புகைப்படம் பார்த்தேன். ஒரு பிச்சைக்காரர் இறந்து விட்டார். அவருடைய துண்டில் ஒன்றரை லட்சம் ரூபாய் இருந்திருக்கிறது.

ஆக, இங்கே எழுத்தாளனின் பிழைப்பு பிச்சைக்காரனை விடக் கேவலமாக இருக்கிறது.

சரி, புலம்பாதீர்கள், காசு கேட்காதீர்கள் என்று சொல்லும் அன்பர்களிடம் கேட்கிறேன். திருப்பதி உண்டியல் இருக்கிறது அல்லவா? அப்படியானால் பெருமாள் பிச்சை எடுக்கிறார் என்பீர்களா? பெருமாளே பிச்சை எடுக்கும் போது நான் எடுத்தால் என்ன ஐயா? ஆனால் ஒன்று தெரிந்து கொள்ளுங்கள். நீங்கள் கொடுப்பது பிச்சை அல்ல; தட்சணை. நான் உங்களுக்குக் கொடுப்பது ஞானம்.

இதோ இன்றைய ஞானம்.

ஞாநியின் வீட்டுக் கேணி கூட்டத்தில் பேசியபோது ஒரு விஷயத்தைக் குறிப்பிட்டேன். பப்புவை வாக்கிங் அழைத்துக் கொண்டு போன போது நடந்தது அது. இந்த நாய் வாக்கிங் விஷயத்தால் பல அடிதடிகள் நடப்பதை தினசரிகளில் படிக்கிறோம். இரண்டு கொலைகள் கூட நடந்துள்ளன. காரணம், நாய்கள் மற்றவர் வீட்டு வாசலில் கக்கா போய் விடும். நாயை அழைத்துச் செல்பவரும் அதைக் கண்டு கொள்ளாமல் போய் விடுவார். வீட்டுக்காரர்கள் சண்டைக்கு வருவார்கள். இதுதான் இந்தியாவில் நடப்பது.

ஆனால் மேற்கத்திய நாடுகளில் என்ன நடக்கும் என்றால், ஃப்ரான்ஸில் தூலூஸ் என்ற ஊரில் நான் பார்த்ததைச் சொல்கிறேன். ஃப்ரான்ஸின் எல்லையில் ஸ்பெய்ன் அருகே உள்ள ஊர் அது. அங்கே நான் வாக்கிங் சென்று கொண்டிருந்த போது பார்த்த விஷயம் இது. நாய்கள் கக்கா போனால் தங்களிடம் உள்ள டிஷ்யூ பேப்பரால் அதை எடுத்து ப்ளாஸ்டிக் பையில் போட்டு எடுத்துக் கொண்டு போகிறார்கள். ஊர் எக்கேடு கெட்டுப் போனால் நமக்கு என்ன என்று அங்கேயே விட்டுவிட்டுச் செல்வதில்லை.

இங்கே நம் ஊரில் அப்படிச் செய்தால் நான் பைத்தியக்காரனாகி விடுவேன். ஏனென்றால், ஆயிரக்கணக்கில் தெரு நாய்களைக் கொண்ட தேசம் நம்முடையது. அதனால் பப்புவை சாலையின் மத்தியிலேயேதான் அழைத்துப் போவேன். யார் வீட்டு வாசலுக்கும் போக விடுவதில்லை. ஒருநாள் என் கவனக் குறைவால் பப்பு ஒரு வீட்டு வாசலில் கக்கா போய் விட்டது. கோலம் போட்டுக் கொண்டிருந்த பெண்மணி கோபாவேசத்துடன் பொங்கி எழத் தயாரான போது, நான் சுற்றுமுற்றும் பார்த்தேன். காகிதம் தென்படவில்லை. என்னுடைய அருமையான வெள்ளை லினன் சட்டையைக் கழற்றி கக்காவை அப்படியே துடைத்து எடுத்துக் கொண்டு போய் குப்பைத்தொட்டியில் போட்டு விட்டு சட்டை இல்லாமலேயே வீட்டுக்கு வந்தேன்.

இதைச் சொன்ன போது ஞாநி, "இப்படிச் செய்ய வேண்டும் என்பது உங்கள் ஆசையா? அல்லது, அப்படி நடந்ததா?" என்று கேட்டார்.

போதி சத்துவரை ஒருவர் அசிங்க அசிங்கமாகத் திட்டிக் கொண்டே இருந்தார். போதி சத்துவர் ஒன்றுமே சொல்லவில்லை. ஆச்சரியமடைந்த சீடர் கேட்டார். அதற்கு போதி சத்துவர், "நான் அந்த வசைகளை எடுத்துக் கொள்ளவே இல்லையே?"

அதிலிருந்து கற்றுக் கொண்ட ஞானம் இது. சந்தோஷமாக வாழ்வதற்கான மந்திரம் இது.

மேலும் ஒரு குறிப்பு: கடிதம் எழுதிய அன்பர் எழுதியது போல் இந்தியாவில் அங்கீகாரம் கிடைக்கவில்லை என்று என்றுமே நான் புலம்பியதில்லை. தமிழ்நாட்டிலிருந்து இதுவரை ஒருவர் கூட ஆங்கிலப் பத்திரிகைகளில் தொடர் பத்தி எழுதியது இல்லை. தமிழ்நாட்டிலிருந்து ஒரு எழுத்தாளர் கூட என்னைப் போல் இந்திய அளவில் பேசப்பட்டது இல்லை. இந்தியாவின் நம்பர் ஒன் எழுத்தாளர் என்னை அழைத்து *Zero Degree is outstanding* என்று சொல்கிறார் என்றால் அது ஒன்றே போதும் எனக்கு. நான் சொல்லிக் கொண்டிருப்பது வேறு விஷயம். அது எனக்குக் கடிதம் எழுதிய அன்பருக்குப் புரியாது. நீங்கள் வேறு கடையைப் பாருங்கள்...

மே 5, 2013

ஞானம் (2)

நேற்று அவசரமாக எழுதியதில் சில விஷயங்கள் விடுபட்டு விட்டன. இன்னமும் - இதை எழுதிக் கொண்டிருக்கும் போது கூட - அந்த அதிர்ச்சியிலிருந்து நான் மீளவில்லை. கோபிநாத்தின் புத்தகம் இரண்டு லட்சம் விற்கிறது. என் புத்தகம் இருநூறு பிரதி விற்கிறது. என்னடா உலகம் இது என்ற அதிர்ச்சி. அதில் இந்த ஆன்மீகவாதிகள் செய்யும் அக்குறும்பு வேறு சகிக்கவில்லை. தியான வகுப்பு முடிந்து வந்திருந்த நாற்பது பேருக்கும் கோபிநாத்தின் புத்தகத்தை அன்பளிப்பாகக் கொடுக்கும் கொடுமை! இந்த ஆன்மீகவாதிகள் எப்படி ஆன்மீகத்தைப் புரிந்து கொள்ளப் போகிறார்கள்? இருபத்து நான்கு மணி நேரமும் தொலைக்காட்சியைப் பார்த்து தொலைக்காட்சி அடிமைகளாக இருப்பவர்களுக்கு எப்படி ஆன்மீகம் வரும்? பெரும்பாலான தொலைக்காட்சி நிகழ்ச்சிகள் மிக விரசமாகவும் ஆபாசமாகவும் இருக்கின்றன. அதில் நிமிடத்துக்கு நிமிடம் வரும் விளம்பரங்கள் நம்முடைய மென் உணர்வுகள் அனைத்தையும் அழித்துக் கொல்லும் சக்தி கொண்டவையாக இருக்கின்றன. இப்படிப்பட்ட தொலைக்காட்சியைப் பார்த்துக் கொண்டிருப்பதால்தானே அவர்களுக்கு கோபிநாத்தைத் தெரிகிறது? அவர் புத்தகத்தை வாங்க வேண்டும் என்றும் தோன்றுகிறது? துருக்கியில் ஓரான் பாமுக்கின் புத்தகம் பத்து லட்சம் இருபது லட்சம் என்று

விற்கிறது. சமீபத்தில் சீனாவில் *Wolf Totem* நாவல் இரண்டு கோடி விற்றிருக்கிறது. ஆனால் தமிழில் தொலைக்காட்சி நிகழ்ச்சி நடத்துபவர்களின் புத்தகம்தான் இரண்டு லட்சம் விற்கிறது என்றால் இது என்ன மாதிரியான சமூகம்? இப்படிப்பட்ட சமூகத்துக்காக ஒரு எழுத்தாளன் எழுதலாமா?

சமீபத்தில் எனக்கு வந்த ஒரு கடிதத்தைப் பாருங்கள்:

அன்பு சாரு,

நான் சில வருடங்களாக தொடர்ந்து உங்கள் எழுத்துக்களைப் படித்து வருகிறேன். உங்கள் எழுத்து பிடித்திருந்தாலும், சில நேரங்களில் நீங்கள் தமிழ் எழுத்தாளனாக இருப்பதைப் பற்றி புலம்புவதைப் பார்க்க சங்கடமாக இருக்கும்.

இரண்டு நாட்களாக 'புக்கர் பரிசு' வென்ற The White Tiger படித்து முடித்தவுடன் உங்கள் வேதனையை என்னால் சிறிதளவு உணர முடிந்தது. ஒரு ஒற்றைப் பரிமாண, தட்டையான கதைக்கு ஏன் இவ்வளவு மரியாதை? படிக்கும் போதே, எழுத்தாளன் இந்த வாழ்க்கையை ஒரு நாள் கூட வாழ்ந்தவனில்லை என்பதை நன்றாக உணர முடிந்தது. மூத்திர நாற்றமும், பீ நாற்றமும் உங்கள் எழுத்தில் அடித்த வீச்சம் போல அருவருப்பாய் (உண்மையாய்) இல்லாமல், ஐந்து நட்சத்திர ஓட்டல் கழிப்பறை போல் இருந்தது. கீழிருந்து வந்தவனின் கதையை இவ்வளவு தட்டையாகக் கொடுத்ததை என்னவென்று சொல்வது?

ஸீரோ டிகிரியும், எக்ஸைலும் தந்த வாசிப்பு அனுபவத்தில் பத்து சதவிகிதம் கூட இல்லாமல் 'பாக்கெட் நாவல்' போல சப்பென இருந்தது. தயவுசெய்து இனிமேல் ஆங்கிலத்திலேயே எழுதுங்கள்/மொழிபெயருங்கள்.

தாமதம் ஆனாலும் உங்கள் எழுத்து வன்மையை உணர்ந்து கொண்ட ஒரு வாசகன்.

நவீன்

நானும் White Tiger படித்தேன். ஒரே அமர்வில் படித்த நாவல்

என்று சொல்லலாம். தில், தூள், கில்லி போன்ற படங்களைப் பார்ப்பது போல் விறுவிறுப்பாக இருந்தது. ஆனால் இந்திய வாழ்க்கையின் மீது காறித் துப்பியிருக்கிறார் அரவிந்த் அடிகா. அதில் வரும் நாயகன் அடிக்கடி ஒரு குன்றின் மீது ஏறி நின்று கொண்டு காறித் துப்புவான். தொண்ணூறு சதவிகித இந்தியர்கள் தெருநாயைப் போல் வாழ்கிறார்கள் என்பதை நம் முகத்தில் அடிப்பது போல் எழுதியிருக்கிறார் அடிகா. நான் மலேஷியாவில் பார்த்தேன். ஒரு பள்ளி ஆசிரியரின் வீடு இங்கே உள்ள ஒரு மந்திரியின் வீட்டைப் போல் உள்ளது. அவர் வீட்டின் குளியல் அறை இங்கே உள்ள ஏழு நட்சத்திர ஹோட்டலில் இருப்பது போல் உள்ளது. I mean it. நான் இங்கே ஏழு நட்சத்திர ஓட்டலுக்குப் போய் இருக்கிறேன். இங்கே உள்ள பார்க் ஷெரட்டன் கழிப்பறைக்கும் க்ராண்ட் சோளா கழிப்பறைக்குமே வித்தியாசம் உள்ளது. க்ராண்ட் சோளாவோடு ஒப்பிட்டால் பார்க் ஷெரட்டன் கழிப்பறையை குடிசை என்று சொல்லலாம். அங்கே மலேஷியாவில் பள்ளி ஆசிரியர் வீட்டின் கழிப்பறை இங்கே உள்ள க்ராண்ட் சோளா ஓட்டலின் கழிப்பறை போல் உள்ளது. பள்ளி ஆசிரியர்கள் அங்கே சொகுசு கார் வைத்திருக்கிறார்கள். சாலைகள் எல்லாம் மேற்கு ஐரோப்பாவைப் போல் உள்ளன. தாய்லாந்தும் அப்படித்தான் இருக்கிறது. குற்றங்கள் குறைவு. அந்த நாடுகளோடு இந்தியாவை ஒப்பிட்டுப் பார்த்தால் நம் வாழ்க்கை தெருநாய் வாழ்க்கைதான். இதை ஏன் ஒரு எழுத்தாளப் பயலும் சொல்ல மாட்டேன் என்கிறான் என்று அடிக்கடி யோசிப்பேன். அதைத்தான் செய்திருக்கிறார் அர்விந்த். அதனால்தான் புக்கர் பரிசும் கிடைத்திருக்கிறது. ஆனால் அது ஒரு தட்டையான நாவல்தான். எந்த இலக்கிய நயமும் இல்லாத மிகச் சாதாரண நாவல் அது. அந்த நாவலைப் போல் ஆயிரம் மடங்கு வீரியமாக நான் ராஸ லீலாவை எழுதியிருக்கிறேன்.

என்னுடைய புத்தகம் இருநூறு பிரதிகள் விற்றிருப்பதை தமிழ்ச் சமூகத்தின் மிகப் பெரிய அவமானமாகக் கருதுகிறேன். என்ன

விஷயம் என்றால், எக்ஸைல் வெளிவந்ததும் இரண்டாயிரம் பிரதிகள் விற்றது. ஆனால் அதற்கு அடுத்த வருடம் இருநூறு பிரதிகள்தான் விற்கிறது. ஆக, ஒரு எழுத்தாளனுக்கு - என்னைப் போன்ற பிரபலமான எழுத்தாளனுக்கு - அதிக பட்சம் மூவாயிரம் வாசகர்கள்தான் இருக்கிறார்கள் என்பது இதன் மூலம் தெரிய வருகிறது. இந்த நிலையை மாற்றுவதற்குப் பதிப்பகங்கள் ஒன்றுமே செய்ய முடியாது. கிழக்கு பதிப்பகத்தின் புத்தகங்கள் கிராமங்களில் உள்ள டீக்கடைகளில் கூட கிடைக்கின்றன. ஆனால் வாங்குபவன் 'பணம் சம்பாதிப்பது எப்படி?' என்ற புத்தகத்தைத்தானே வாங்குகிறான்?

மே 6, 2013

சூப்பர் ஸ்டார், லிட்டில் சூப்பர் ஸ்டார் மற்றும் விஜய் சேதுபதி

என்னுடைய மிகப் பெரிய பலம் என்று நான் கருதுவது எது தெரியுமா? நான் நல்லவன் என்பது அல்ல; நான் நண்பர்களுக்கெல்லாம் இனியவன் என்பது அல்ல; நம்பிக்கைத் துரோகம் செய்ய மாட்டேன் என்பது அல்ல; சமரசமே செய்ய மாட்டேன் என்பது அல்ல; மரணத்தைக் கண்டு அஞ்சாதவன் என்பது மட்டுமே என்னுடைய ஆகப் பெரிய பலம் என்று கருதுகிறேன். ஏனெனில், நான் கடந்த பத்து ஆண்டுகளில் இந்திய ஆன்மீகத்தின் சாரத்தை ஒரு துளி அமிர்தமாக மாற்றிக் குடித்தவன்.

அந்த அமிர்தம் என்ன தெரியுமா? இது எந்த மதத்திலுமே இல்லாத, எந்த தேசத்திலுமே இல்லாத ஓர் அற்புதமான அமிர்தம்.

ஓம் த்ரையம்பகம் யஜாமஹே சுகந்திம் புஷ்டி-வர்தனம்

உர்வாருகம் இவ பந்தனான் ம்ருத்யோர்முக்ஷீய மாம்ருதத்

ஆங்கிலத்தில் வேண்டுமானால் இப்படி:

    oṁ tryambakam yajāmahe sugandhim puṣṭi-vardhanam
    urvārukam iva bandhanān mṛtyormukṣīya māmṛtāt

மார்க்கண்டேய முனிவரால் உருவாக்கப்பட்ட இந்த மந்த்ரத்தின் பெயர்: மஹா ம்ருத்யுஞ்ஜய மந்த்ரா. ம்ருத்யு என்றால் மரணம்.

மரணத்தை வெல்லும் மந்திரம் என்று பொருள். மரணத்தை வெல்வது எப்படி? அது இந்த மந்த்ரத்தில் சொல்லப்பட்டுள்ளது.

இந்த உலகத்தைக் காத்து ரட்சிக்கும் சுகந்த மணமுள்ள முக்கண்ணனே, உன்னை வணங்குகிறேன். வெள்ளரி பழுத்த பிறகு அதன் கொடியிலிருந்து எப்படிப் பிரிகிறதோ அதே போல் நான் மரணத்திலிருந்து பூரணத்துவத்தை அடைகிறேன்.

இதிலுள்ள கவித்துவ உச்சத்தை கவனியுங்கள். வெள்ளரி பழுத்த பின் எப்படி அதன் கொடியிலிருந்து பிரிகிறதோ அப்படி. மரணம் என்பது அப்படித்தான் நிகழ வேண்டும்.

ஏற்கனவே என்னுடைய ஆன்மீகக் குறுங்கதைகளில் சொல்லியிருந்தேன். ஒரு பட்சி ஒரு மரத்தின் கிளையில் அமர்ந்திருக்கிறது. அந்தக் கிளையோ இற்று விட்டது. பட்சியின் சுமை தாங்காமல் கிளை கீழே விழுந்து விடுகிறது. அதற்காக அந்த பட்சி அங்கேயே அமர்ந்து கண்ணீர் விடுகிறதா? இல்லையே? பட்சி அடுத்த கிளையின் மீது சென்று இயல்பாக அமர்ந்து கொள்கிறது.

என் ஆன்மாதான் அந்த பட்சி.

இந்த மகா உண்மையை உணர்ந்த ஒருவன் மரணத்தைக் கண்டு அஞ்ச மாட்டான்; கண்ணீர் சிந்த மாட்டான்.

★★★

நான் ஆடம்பரமாக வாழ்வதாக நண்பர் ஒருவர் சொன்னார். அவருக்கு நான் சொன்ன பதில்:

நான் பிச்சைக்காரனாக வாழும் சக்ரவர்த்தி. எப்படியென்றால், உலகத்தில் எந்த ஒரு எழுத்தாளனும் ஒரு நாவலை எழுதி விட்டு அதன் மூலம் பல மில்லியன் டாலர் சம்பாதித்துக் கொண்டு லௌகீக வாழ்வின் பிக்கல் பிடுங்கலிலிருந்து தப்பி விடுவான். இந்தியாவில் சல்மான் ருஷ்டி, அருந்ததி ராய் போன்றோர் உதாரணம். இப்போது தருண் தேஜ்பாலின் *Alchemy of Desire*-ஐயே எடுத்துக் கொள்ளுங்கள். நான் முன்பு எழுதிய கட்டுரையில் தவறுதலாக இரண்டு லட்சம் பிரதிகள்

விற்றிருப்பதாக எழுதி விட்டேன். நான்கு லட்சம் பிரதிகள் விற்றிருக்கின்றன. எத்தனை கோடி ராயல்டி வந்திருக்கும் என்று பார்த்துக் கொள்ளுங்கள். சீனாவில் *Wolf Totem* நாவல் மூன்று கோடி பிரதி விற்றிருக்கிறது. எத்தனை மில்லியன் டாலர் ராயல்டி வந்திருக்கும்! வுல்ஃப் டோட்டம் நாவலாசிரியர் இனிமேல் எழுத மாட்டார். இதுபோல் எக்ஸைல் குறைந்த பட்சம் ரெண்டு லட்சம் பிரதிகள் விற்றிருக்க வேண்டும்.

இவ்வளவுதான் மேட்டர். மற்றபடி ப்ரஸீல் செல்ல வேண்டும் என்றால் பணம் இல்லை. கிழக்கு ஐரோப்பா போக வேண்டும் என்றால் பணமில்லை. தாய்லாந்து சென்று வந்ததற்கே இன்னும் நான் கணக்கு செட்டில் பண்ணவில்லை. மனதின் ஓரத்தில் இடித்துக் கொண்டே இருக்கிறது. *Blue is the warmest colour* என்ற படம் கான் திரைப்பட விழாவில் *Palme d'Or* விருது வாங்கியது. அந்த லெஸ்பியன் படத்தை நான் இயக்கி இருக்க வேண்டும். அது என்னுடைய படம். அந்தப் படத்தின் மூலக்கதையாக இருந்த நாவலை எழுதிய பெண் அது தன்னுடைய சுயசரிதை என்கிறார். நான் இருபது ஆண்டுகளுக்கு முன்பாகவே ஸீரோ டிகிரியில் இதே கதையை எழுதி விட்டேன். பதினேழு வயதான பெண் ஷ்ரீன் முப்பத்தைந்து வயதான ஃபக்ருன்னிஸாவிடம் செக்ஸைக் கற்றுக் கொண்ட விஷயத்தை அதில் எழுதியிருக்கிறேன். ஆனால் நான் கான் போக முடியவில்லை. வித்யா பாலனும் அபிஷேக் பச்சனும் போய் வந்திருக்கிறார்கள். அந்தப் படத்தைப் பற்றி அவர்கள் கருத்து சொல்கிறார்கள்.

ஆக, என்னுடைய ஆடம்பரம் சரவண பவனிலிருந்து மஹா முத்ரா வரைதான் நீள்கிறது. அதாவது ட்வெண்ட்டி ருப்பீஸ். அதற்கு மேல் போக மாட்டேன் என்கிறது. ஒரு பாரிஸ் வரை போகலாம் இல்லையா? ம்ஹூம். மயிலாப்பூரிலிருந்து கிளம்பி அபிராமபுரத்தோடு நின்று விடுகிறது.

இன்னும் ஒரே ஒரு ஆடம்பரத்தைத்தான் நானே என் செலவில் செய்து கொள்கிறேன். அதாவது, இரண்டு கேரட், ஒரு பீட்ரூட், ஒரு ஆப்பிள், ஒரு மாதுளை இத்தனையையும் தோல் சீவி,

வெட்டி, மிக்ஸியில் போட்டு அடித்து ஜூஸாக்கிக் குடிக்கிறேன்.

இவ்வளவுதான் என் ஆடம்பரம். நான் பிச்சைக்காரனாக வாழ்ந்து கொண்டிருக்கும் லியர் மன்னன்.

50 Books, 50 Writers புத்தகத்தில் ஸீரோ டிகிரிக்கு வந்துள்ள விமர்சனத்தைப் படித்தால் நான் சொல்வதை நீங்கள் புரிந்து கொள்ள முடியும். ஸீரோ டிகிரியைப் படிக்கும் மேற்கத்திய விமர்சகர்கள் அத்தனை பேருமே அதை *Vladamir Nabakov, Borges, Georges Bataille* ஆகியோருடன் ஒப்பிடுகிறார்கள். இவ்வளவுக்கும் பத்தாய் ஒரு வெற்றிகரமான நாவலாசிரியர் அல்ல. பத்தாயும் அவருக்கு முந்தைய *Marquis de Sade*-உம் ஒரு வாழ்வியல் தத்துவத்தை இலக்கியத்தின் மூலமாக முன்வைத்தவர்கள் என்பதால் இலக்கியம் அவர்களைப் பொறுத்தவரை முக்கியமில்லாமல் இருந்தது. *50 Books 50 Writers* நூலில் சந்த்ரா ஸித்தன் ஸீரோ டிகிரியைப் பற்றிய கட்டுரையை இவ்வாறு முடிக்கிறார்:

For a novel this slim it is many novels in one, sampled in fragments, a shattered sphere, each shard reflecting a different world, a Borgesian Book of Sand with neither beginning nor end.

Borges, Georges Bataille, Marquis de Sade, Kathy Acker, William Burroughs போன்றவர்கள் ரத்தத்தில் ஊறியிருந்தால் மட்டுமே ஸீரோ டிகிரியைப் போன்ற ஒரு நாவலை எழுத முடியும். ராஸ லீலாவும், எக்ஸைலும் ஸீரோ டிகிரியையும் தாண்டியவை. அதிலும் இப்போது நான் எழுதிக் கொண்டிருக்கும் எக்ஸைலின் இன்னொரு வடிவம் இதுவரை நான் எழுதியதன் உச்சமாக இருக்கும்.

என் வாசகர்களுக்கு நான் ஒரு எழுத்தாளன் மட்டுமே அல்ல. என் எழுத்து ஒரு வாழ்வியல் அனுபவம். *Sect* என்றும் சொல்லிக் கொள்ளலாம். எப்படியென்றால், அசோகமித்திரனையோ நகுலனையோ ஒருவர் படிக்கிறார் என்றால் அது ஒரு வாசிப்பு அனுபவம். ஆனால் என்னுடைய எழுத்து உங்களுடைய வாழ்க்கையையே மாற்றி அமைக்கக் கூடியது. அதாவது,

என் எழுத்தை விரும்பிப் படிப்பவர்களுக்கு மட்டுமே இது பொருந்தும். என் எழுத்து சிலருக்கு உடம்பில் கம்பளிப் பூச்சி ஊர்வது போல் இருக்கும். அந்த ஆசாமிகளைச் சொல்லவில்லை. என் எழுத்தை ஒருவர் விரும்பினால், அது அவருடைய வாழ்க்கையை மாற்றி விடும். என் எழுத்து ஒரு வாழ்க்கை முறை. ஒரு மதம் மாதிரி என்று கூட வைத்துக் கொள்ளுங்களேன். சமீபத்தில் திருப்பூரில் ஒரு வாசக நண்பரைப் பார்த்த போதுதான் இதை நான் முதல்முதலாக உணர்ந்தேன். திருப்பூர் மாதிரி ஒரு ஊரில் இருந்து கொண்டு நான் சிபாரிசு செய்யும் இசைக் கலைஞர்களைக் கேட்டுக் கொண்டு, நான் பரிந்துரைக்கும் சர்வதேச சினிமாக்களைப் பார்த்துக் கொண்டு வாழ்கிறார் ஒரு வாசகர். அவருடைய காரில் இன்றைய அரபி இசைக் கலைஞர்கள் அத்தனை பேரையும் கேட்டேன். நான் சொல்லாததையெல்லாம் கூட சேகரித்து வைத்திருக்கிறார். ஒன்று சொன்னால் போதாதா, ஒன்பதைத் தேடிப் போய் விடலாம் இல்லையா என்றார்.

ஆனால் தமிழ்நாட்டின் பொது வாசகப்பரப்பில் எழுத்தாளர் என்ற இனத்துக்கு இடமே இல்லை. *Writers don't exist here.* இதைத்தான் நான் விரிவாக எக்ஸைலில் எழுதியிருந்தேன். உதாரணமாக, சிம்ஹா என்பவர் சூது கவ்வும் என்ற படத்தில் நான்கு ஹீரோக்களில் ஒருவராக நடித்தார். உடனே ஹிண்டு பத்திரிகையில் அவர் பேட்டி வருகிறது. ஆனால் இந்தியாவின் ஐம்பது முக்கியமான புத்தகங்களில் ஒன்றாக ஸீரோ டிகிரி தேர்ந்தெடுக்கப்பட்டால் அது பற்றி ஹிண்டுவில் பேச்சே இல்லை. இருக்காது. இங்கே சினிமாதான் எல்லாம். ஃப்ரெஞ்ச் படித்தவர்களே இங்கே அலியான்ஸ் ஃப்ரான்ஸேஸில் உட்கார்ந்துகொண்டு சுஜாதா, கமல்ஹாஸன் என்று உருட்டிக் கொண்டிருக்கும் போது தமிழ் மட்டுமே தெரிந்த மக்களை என்னவென்று சொல்வது? அந்த ஃப்ரெஞ்ச் தெரிந்த மாமிகளுக்கு ஃப்ரெஞ்சிலும் விக்தர் யூகோவுக்குப் பின்னர் யாரையும் தெரியவில்லை. மிஷல் ஃபூக்கோ என்றால் *Fuck Oh* என்ற வார்த்தையைக் கேட்ட மாதிரி அலறுகிறார்கள்.

ஒருமுறை பொள்ளாச்சி மாசாணி அம்மன் கோவிலுக்குச் சென்றிருந்த போது ஒரு பெண் என்னைப் பார்த்து புன்முறுவலித்து விட்டு, தன் கணவனை அழைத்து என்னை சுட்டிக் காட்டி ஏதோ சொன்னாள். அந்த இளைஞனும் என்னை ஆ என்று பார்த்தான். அந்தப் பெண் நிச்சயமாக என் எழுத்தில் ஒரு வார்த்தையைக் கூடப் படித்திருக்க மாட்டார். தொலைக்காட்சியில் தெரிந்த உருவம் ஒன்றை நேரில் கண்ட அதிர்ச்சி அது. அப்படியென்றால் மனுஷ்ய புத்திரனின் நிலையை நினைத்துப் பார்க்கிறேன். நீயா நானா கோபிநாத் தான் தமிழர்களின் சூப்பர் ஸ்டார் என்றால் மனுஷ்ய புத்திரன் லிட்டில் சூப்பர் ஸ்டார். ஒரு கவிஞனுக்குக் கிடைத்திருக்கும் அடையாளத்தைப் பாருங்கள். இந்த வரிசையில் சாரு நிவேதிதா தான் விஜய் சேதுபதி. அதைத்தான் மாசாணி அம்மன் கோவிலில் அந்தப் பெண் தன் கணவரிடம் சொல்லி இருப்பாள். ஆனால் மனுஷ்ய புத்திரனுக்கும் கோபிநாத்துக்கும் நானும் ஒரு போட்டியாக ஆவதைத் தடுக்க ஒரே ஒரு அஸ்திரம்தான் வைத்திருக்கிறேன். தொலைக்காட்சியிலிருந்து அழைப்பு வந்தால் உடனே பணம் தருவீர்களா என்று கேட்பேன். இதோ கேட்டுச் சொல்கிறேன் என்பார்கள். அதற்கு மேல் ஃபோனே வராது.

சரி, என் ஆடம்பர வாழ்வின் ஒரு குறுக்கு வெட்டுத் தோற்றத்தை இப்போது சொல்கிறேன். மாசாணி அம்மனை தரிசித்து விட்டு, கோவை வந்தோம். அங்கண்ணன் மெஸ்ஸில் சாப்பிடலாம் என்றேன். சாப்பிட்டோம். நான்கு பேர். ஒரு நண்பருக்கு அவசர போன் அழைப்பால் சாப்பிட்டு விட்டு வெளியே கிளம்பி விட்டார். மீதி மூன்று பேர். அதில் ஒருவர் வேலையில்லாப் பட்டதாரி. ஆக, மீதி இருவர். இதற்கிடையில் வெளியே ரோட்டில் காரை வைத்துக் கொண்டு காத்திருப்பதாக ரமேஷின் போன். என்னை மீண்டும் சந்திப்பதற்காகவே ஈரோட்டிலிருந்து வந்திருந்தார். ஓட்டல் சிப்பந்தி பில்லைக் கொடுத்து விட்டார். எனக்கு அவசரம். வெளியே கார் நிற்பதால் போக்குவரத்துக்கு இடைஞ்சல் நேரக் கூடாது. நண்பர் பணத்தைத் தன் ட்ரௌசரிலிருந்து எடுக்க நேரமானதால், நானே எண்ணூறு ரூபாயைக் கொடுத்து விட்டு, பிறகு வாங்கிக் கொள்கிறேன்

என்றேன். ஊரிலிருந்து எடுத்து வந்திருந்த ஆயிரம் ரூபாயில் மீதி இப்போது இருநூறு ரூபாய்.

நான் பத்து ஆண்டுகளுக்கு முன்பு தமிழ்நாட்டிலேயே எனக்குப் பிடித்த ஊர் கோயம்பத்தூர் என்று எழுதியிருக்கிறேன். காரணம், அங்கேதான் மக்கள் பண்பாகப் பழகுகிறார்கள். ஆனால் இப்போதுதான் தெரிகிறது, அது கொங்கு நாட்டு மக்களின் பொதுவான பண்பு என்பது. விருந்தோம்பலில் இவர்களை யாரும் அடித்துக் கொள்ள முடியாது. ஒருநாள் காலையில் இட்லிக்குத் தொட்டுக் கொள்ள குடல் கறியும் ரத்தப் பொரியலும் கேட்டேன். உடனே வீட்டில் சமைத்துக் கொண்டு வந்து கொடுத்தார் ராஜ்குமார். எஸ்.ஏ. ராஜ்கண்ணுவின் உறவினர். அன்பு எல்லோருக்கும் உண்டு. அதை ரொம்பப் பேருக்கு எப்படி வெளிப்படுத்துவது என்று தெரியவில்லை. கொங்கு நாட்டில் அன்பைக் கொண்டாடுகிறார்கள்.

ஏன் இதைச் சொல்கிறேன் என்றால், என்னுடைய பல நண்பர்களுக்கு என் மீது அதீத அன்பு இருந்தாலும் சில பிழைகள் செய்வார்கள். நான் ஒரு ஓட்டல் அறையில் தங்கி இருப்பேன். எனக்கு இரவில் மட்டும் ஒரு லிட்டர் தண்ணீரும், காலையில் எழுந்த அடுத்த நிமிடமே ஒரு லிட்டர் தண்ணீரும் வேண்டும். இல்லாவிட்டால் உயிரே போய் விடுகிறாற்போல் தவித்து நாக்கு வறண்டு விடும். பல நாட்களில் கக்கூஸில் போய் வாஷ் பேஸினில் வரும் தண்ணீரைக் குடித்திருக்கிறேன். இதைத் தவிர்ப்பதற்காக நான் எப்போதுமே நான்கு தண்ணீர் பாட்டில்களை வாங்கி வைத்திருப்பேன். கோவையிலும் அதையே செய்தேன். பார்த்தால் ரமேஷ் கையில் நான்கு தண்ணீர் பாட்டிலோடு வருகிறார். என் வாழ்நாளிலேயே இப்படிச் செய்த இன்னொரு ஆள் அராத்துதான்.

சில இடங்களில் என்ன நடக்கும் என்றால், இரவு முழுவதும் பேசுவோம். அதிகாலையில் நண்பர்கள் கிளம்பிப் போய் விடுவார்கள். நான் அறையைக் காலி செய்யும் போது பில் செட்டில் பண்ணுவதற்கு ஆறாயிரம் ரூபாய் நிற்கும். இரவு முழுவதும் பத்து பேர் சாப்பிட்டது. அப்போதெல்லாம்

அராத்துதான் பக்கத்தில் நிற்பார். வாய் நிறைய வண்டை வண்டையாகத் திட்டி விட்டு ஆறாயிரத்தையும் கட்டுவார்.

இதிலும் ரமேஷ் கில்லாடியாக இருந்தார். எந்தப் பொருள் வந்தாலும் உடனுக்குடன் பில்லை செட்டில் பண்ணிக் கொண்டே இருந்தார். ஒரு பைசா கூட காலையில் சாரு கிளம்பும் தருணத்தில் நிலுவையில் இருக்கக் கூடாது என்று பார்த்துக் கொண்டார்.

காலையில் கிளம்பும் போது பசித்தது. நானும் நண்பரும் காலை உணவு முடித்தோம். கீழே வந்து சாவி கொடுக்கும் போது காலை உணவு பில் என்று இருநூறு வந்தது. ஐயோ, என் கையில் இருந்தது இருநூறு ரூபாய். அதை வைத்துத்தான் ஏர்போர்ட் போக வேண்டும். பக்கத்தில் இருந்த நண்பர் வேலையில்லாப் பட்டதாரி. என்ன செய்வது? இருநூறைக் கொடுத்து விட்டு, என் வங்கி அட்டையை எடுத்துக் கொண்டு ஏடிஎம்மைத் தேடி ஓடினேன். டாக்ஸியில் ஏறி விட்டு, வழியில் ஏடிஎம் கிடைக்காவிட்டால் என்ன ஆகும்?

ஏடிஎம்மில் பணம் எடுக்க முடியவில்லை. காரணம், என் போன் சார்ஜ் இல்லாமல் இறந்து போயிருந்தது. அதில்தான் கோட் நம்பர் இருந்தது. கோட் நம்பர் எனக்கு ஞாபகம் இல்லை.

அதற்குப் பிறகு நடந்தது ஒரு சிறுகதை. அப்புறம் சொல்கிறேன்.

மே 13, 2013.

இருவர்

இன்று தந்தி டிவியில் ஒரு விவாதத்துக்குச் சென்றிருந்தேன். என்னை அழைத்துச் செல்ல வந்த டாக்ஸிக்காரர் என்னிடம், “சார், சுஜாதாவுக்குப் பிறகு நீங்கள்தான்” என்றார். “என்னைப் படித்திருக்கிறீர்களா?” என்று கேட்டேன். பாக்கெட் நாவலில் ஸீரோ டிகிரியும், விகடனில் மனம் கொத்திப் பறவையும் என்றார். “மிஷ்கினோட ஒரு படத்துல கூட நன்றின்னு போட்டு உங்க பேரு வந்திருந்திச்சே” என்று மேலும் சொன்னார். அடுத்து நடந்த உரையாடல்:

சினிமாவுக்கு ஏன் சார் எழுத மாட்டேங்கிறீங்க?

மாட்டேன்னு இல்ல. கேக்கல. எழுதல. ஆனா இப்போ ஒரு படத்துக்கு எழுதிக் குடுத்திருக்கேன்.

படம் பேரு?

நே.

என்னா சார், பேரு புது மாதிரி இருக்கு?

கதையும் புது மாதிரிதான் இருக்கும்.

டைரக்டர் யார் சார்?

புஷ்கின் ராஜா. புதியவர்.

கேக்கிறேன்னு தப்பா நினைக்காதீங்க சார். சம்பளம் எவ்ளோ?

சொன்னா நம்ப மாட்டீங்க.

நம்புறேன் சார். சொல்லுங்க.

தொகையைச் சொன்னேன்.

சார், என் கிட்டே விளையாட்றீங்க.

அதுக்குத்தான் சொன்னேன், சொல்ல மாட்டேன்னு.

ஏன் சார் இப்படி?

அந்த டைரக்டரின் சினிமா வெறி எனக்குப் பிடிச்சிருந்தது. கதையும் ரொம்பப் புதுசா இருந்துது. அதனால்தான்...

தந்தி டிவி அலுவலகத்துக்குள் நுழைந்தேன். தந்தி டிவியும் தந்தி பேப்பர் மாதிரியே இருந்தது.

என்னோடு உரையாடப் போகும் ஒருவரும் வந்தார். புகழ்பெற்ற கல்வி, ஆராய்ச்சி நிறுவனமான Madras Institute of Development Studies-இல் பேராசிரியர் அவர். அவரோடு நடந்த உரையாடல்:

அவர்: உங்க பேரு சார்?

நான்: சாரு நிவேதிதா.

அவர்: எங்கே வொர்க் பண்றீங்க?

நான்: நான் ரைட்டர்.

அவர்: ஓ. எதில் எல்லாம் எழுதுவீங்க?

நான்: என் வெப்ஸைட்டில் எழுதுறேன்.

அவர்: ஏன் பத்திரிகையில் எல்லாம் எழுதுவதில்லையா?

நான்: போட மாட்டாங்க.

அவர்: ஏன்?

நான்: தெரீலியே.

அவர்: என்ன எழுதுவீங்க?

நான்: நாவல், கட்டுரை.

அவர்: நாவல் எதைப் பத்தி?

யோசித்துக் கொண்டிருந்த போது நிகழ்ச்சிக்கான அழைப்பு வந்தது. நிகழ்ச்சியில் நானும் அந்தப் பேராசிரியரும் தமிழ்நாட்டின் சமூகச் சூழல் குறித்து அலசி ஆராய்ந்தோம்.

ஜூன் 1, 2013

வாசிப்பும் மிருக நிலையும் ஒரு சிறிய பிரார்த்தனையும்...

சாரு,

உங்கள் சக எழுத்தாளர் ஒருவர் நீங்கள் அசோகமித்திரனை விமர்சித்ததற்கு உங்களைக் கடுமையாகத் திட்டியிருக்கிறார். நீங்கள் ஏன் அதற்கு பதில் சொல்லவில்லை?

பிறகு, நீங்கள் எப்போதும் ஜெயமோகனை விமர்சனம் செய்து எழுதுகிறீர்கள். ஒரு பத்தி கூட அவர் பெயரைக் குறிப்பிடாமல் உங்களால் எழுதமுடியவில்லை. ஆனால் அவரோ உங்களை கண்டு கொள்வதேயில்லை. அவர் உயர்ந்து போய்க்கொண்டேயிருக்கிறார். உங்கள் நோக்கம் என்ன? ஜெயமோகனைத் திட்டினால், உடனே அவர் பதிலுக்கு உங்களைத் திட்டுவார். அதன் மூலம் விளம்பரம் தேடிக்கொள்ளலாம் என்று நினைக்கிறீர்களா? இது இயல்புதான். ஏன் என்றால் அவர்தான் இன்று இலக்கிய உலகில் எல்லோராலும் கொண்டாடப்படுபவராக இருக்கிறார்.

நீங்கள் செய்வதைப் பார்த்தால் எனக்கு ஒரு பழமொழிதான் ஞாபகம் வருக்கிறது. சூரியனைப் பார்த்து நாய் குரைத்தால்...

வருண்

தம்பி வருண்,

வாசிப்பு ஒரு மனிதனை எந்த அளவுக்கு மிருகமாகவும் ஆக்கக்

கூடும் என்று உன் கடிதத்திலிருந்து புரிந்து கொள்கிறேன். துவேஷம் ஒரு நோய். அந்த நோய் உனக்கு அதிகபட்ச தீமைகளைக் கொடுக்கும். அப்படிப் பார்க்கும் போது நீதான் உனக்கே சத்ருவாக இருக்கிறாய். உன் மனதில் பாய்ந்திருக்கும் துவேஷம் என்ற நோய் நீங்கி, நீயும் ஒரு மனிதனாக மாற நான் வணங்கும் பாபாவை பிரார்த்தித்துக் கொள்கிறேன்.

சாரு

ஆகஸ்ட் 28, 2013

இயக்குனர் வெற்றிமாறனுக்கு ஒரு கடிதம்...

அன்பு நண்பர் வெற்றிமாறனுக்கு,

நான் உங்களுடைய படங்களை பெரிதும் கொண்டாடுபவன் என்பதை உங்களிடமே சொல்லியிருக்கிறேன். உங்கள் படங்களைப் பாராட்டி பத்திரிகைகளில் எழுதியிருக்கிறேன். படித்திருப்பீர்கள். தமிழின் சமகால இலக்கியவாதிகளுடன் நட்பும், சமகால இலக்கியப் பரிச்சயமும் உள்ளவர் நீங்கள் என்பது பலருக்கும் தெரியாது. இந்த நிலையில் சீன எழுத்தாளர் *Jiang Rong* எழுதிய *Wolf Totem* என்ற நாவலின் தமிழ் மொழிபெயர்ப்பில் பெரிதும் ஆர்வம் காண்பித்து, நண்பர் சி. மோகன் மொழிபெயர்ப்பில் அது வெளிவரவும் காரணமாக இருந்தீர்கள் என்று அறிந்தேன். வுல்ஃப் டோட்டம் இரண்டு கோடி பிரதிகள் சீனாவில் விற்றிருக்கிறது. அதை ஐநூறு பேர் மட்டுமே படிக்கும் வாசகப் பரப்பைக் கொண்ட தமிழில் மொழிபெயர்ப்பதில் உள்ள ஆர்வம் எனக்குப் புரியவில்லை. மேலும், அந்த நாவல் ஆங்கிலத்தில் பொடி எழுத்திலேயே எழுநூறு பக்கம் வருகிறது. போகட்டும். இது ஒவ்வொருவரின் தனிப்பட்ட விருப்பம். இது பற்றிக் கருத்துச் சொல்ல எனக்கு உரிமை இல்லை. ஆனால் இந்த நாவல் ஃபாஸிஸத்தைக் கொண்டாடும் நாவல். ஹிட்லர் பற்றி எத்தனையோ புத்தகங்கள் வந்துள்ளன. ஆனால் ஹிட்லரின் ஃபாஸிஸத்தை ஆதரித்து வரும் நூல்களை யாரும் சீந்துவதில்லை. இந்த ஓநாய் குலச்

சின்னம் என்ற நாவல் ஃபாஸிஸத்தைக் கொண்டாடுகிறது. இந்த உலகின் ஒட்டு மொத்த சரித்திரத்தையே மங்கோலியர்கள்தான் மாற்றி அமைத்தார்கள்; அதற்கு ஓநாய்தான் காரணம் என்கிறது இந்த நாவல். மங்கோலியர்கள் வேட்டைக்காரர்கள்; அதனால் புத்திசாலிகள்; சீனர்கள் விவசாயிகள்; அதனால் மூடர்கள். அதனால்தான் சீனர்களை மங்கோலியரும் ஜப்பானியரும் ஆண்டனர். ஏன், உலகம் முழுவதுமே விவசாயிகள் மூடர்கள் தான் என்கிறது இந்த நாவல். அந்தக் கோட்பாட்டின்படி பார்த்தால் இந்தியர்கள் அனைவருமே மூடர்கள் என்று ஆகிறது. இது படுபயங்கரமான இனவாதம் அல்லவா? *Wolf Totem is undoubtedly a fascist and racist novel.* இதை எப்படி ஆன்மீகத்தையும் சாத்வீகத்தையும் அஹிம்சையையும் உலகத்துக்குப் போதித்த இந்தியாவில் நாம் மொழிபெயர்த்துக் கொடுக்க முடியும்? நம்மையும் நம் வாழ்க்கை முறையையும் முட்டாள்தனம் என்று சொல்லும் நூலை நாம் எப்படி மொழிபெயர்க்கலாம்? நம்மை மட்டும் அல்ல; நம் ஒட்டு மொத்த வரலாற்றையுமே அவமதிக்கும் நூல் அது. வரலாறு என்பது ரத்தத்தால் வெற்றி அடைந்தவனின் வரலாறுதான் என்று சொல்வது எத்தகைய முட்டாள்தனமும் அயோக்கியத்தனமும் ஆகும்? இதைத்தான் அந்த சீன எழுத்தாளர் செய்திருக்கிறார். அவருடைய கோட்பாட்டின்படி பார்த்தால் காந்தி ஒரு மூடர். ஹிட்லர்தான் அற்புத மனிதர்.

நாம் பசுக்களை வணங்கியவர்கள். மங்கோலியர்கள் குருதியில் குளித்தவர்கள். குதிரைக் குட்டிகளை ஓநாய்கள் விரட்டி விரட்டித் தின்னும். இதுதான் உயர்ந்த நாகரிகம், இந்த ஓநாய்தான் எங்கள் தெய்வம் என்று சொல்பவனை நாம் எப்படிக் கொண்டாட முடியும் என்று தயவுசெய்து எனக்குச் சொல்லுங்கள் வெற்றி மாறன்...

இந்த *Wolf Totem* நூலுக்கு சரியாக ஒரு வருஷம் முன்பாக அக்டோபர் 14, 2012 தேதியில் டெக்கான் க்ரானிக்கிள் மற்றும் ஏஷியன் ஏஜ் தினசரியில் ஒரு விமர்சனம் எழுதியிருந்தேன். அதை நீங்கள் படித்திருக்காவிட்டால் இப்போது படித்துப் பாருங்கள்... என் கருத்து தவறாக இருந்தால் அதை நான்

வால்டேரை எப்படி நாம் கைது செய்ய முடியும்?

மாற்றிக் கொள்ள எப்போதும் தயாராக இருப்பவன் என்பதையும் உங்களுக்குத் தெரிவித்துக் கொள்கிறேன்...

Wolf Totem by Jiang Rong sold a million copies till today and not to mention the pirated numbers — like Mao's Red Book in its heyday. I would classify this book under "anthropology" rather than calling it literature. This book sets a terrific pace like Oscar Lewis' anthropological book La Vida.

There are no fictional elements in the book (La Vida), but mostly the interview sessions of family members describing their life. Though it was an anthropological research, the eloquent narration of a life filled with cruelty, violence, carnal lust and perversions was avidly read by the readers just like a novel.

In the wake of Cultural Revolution, Chen Shen, a young student from Beijing travels to the grasslands of Olon Bulag in Inner Mongolia and happens to live with the nomadic herders for 11 years before returning to Beijing. Wolf Totem illustrates those 11 years of Olon Bulag.

No one in history plundered as many nations as Genghis Khan did. Hailing from a nomadic race from one of the least populated regions of the world whose Mongolian language did not even have its own script. How someone from such a primitive culture managed to do as much as he did; the reason, says Jiang Rong, is the Mongolian's wolf totem.

It is from wolves that the Mongolians learnt their military tactics. The metaphor: Mongolians are wolves and Han Chinese are sheep. Wolves follow an extremely ordered social life and survive as teams, unlike the sheep; the whole flock of sheep watches with sparkling curiosity when one of them is slaughtered, probably expressing their relief at not being the one killed. Even the tremendous spirits and ability of the Chinese to build the colossal Wall of China could not prevent their defeat at the hands of Mongolians; their sheepishness stood in their way. Jiang Rong concludes it as a "binary opposition" between the nomadic culture and the agrarian culture.

Mongols are like indefatigable wolves; in that sense Mongolia is a spiritual paradise. This is the fundamental message by Jiang Rong in the 700-odd pages of Wolf Totem. But in reality, does the spiritual paradise hold with a land of bloodbath, oozing from the mouths of the unrelenting wolves; they kill and devour all the life forms in the grasslands, including humans; and the humans just do the wolves.

The part of the novel where the wolves devour the young colts is horrific. Such a culture thriving in only cruelty, violence and bestiality inspires awe. The wolves' freedom comes at the grand cost of the assimilation of other lives.

The nomadic chieftain tells Chen Shen if the wolves don't hunt the gazelles, their population will burst uncontrolled and the grassland will turn into a desert. But won't we all prefer a peaceful desert to a fascist grassland where one dominating race devours all other in a macabre ritual of bloodbath.

In Japanese Zen, there is a concept "MU"; it contains great philosophical truths and can be simply explained thus: A lady being asked, "Your husband who beats you after getting drunk; ... has he stopped that now?" She can neither utter "yes" nor "no"; silence remains the right answer. That is what is explained as the "MU" concept of emptiness by Zen that may have connection with the void of quantum physics. This may be an alternative to Jiang Rong's binary opposition.

As I was reading Wolf Totem, memories of India's sufis and seers kept coming to my mind. If you call the wolf a totem, what do you call Adi sankara, who made wolves and lions follow him like puppies?

The most wonderful thing on earth is giving oneself for others. He belonged to the 12th century. He requests his guru to tell him the "Brahma Ragasyam". Only after many days of wandering and hunger fasting does the guru tell him the "secret". Once this was done, the guru warns him, "If you tell this to others you will be damned to hell." But the sishya climbs up the temple tower and says it out loud for the entire village to hear. "If having heard this secret all these people can go to heaven, I don't mind being the one to go to hell," he says. He is Ramanuja, founder of Vaishnavism.

The other wonder is renouncement. For a moment, think of the state of mind that renounces worldly bonds and wanders in the forests, homeless and lonely. Several kings in the history of India may have renounced their all. Nothing would equal that of Chandra Gupta Maurya, who gave up his all after being India's most powerful emperor. He gave up his throne when he was 42. Became an ascetic and came to Shravanabelagola. And died in Sallekhana which is a Jain ritual of voluntary death by fasting.

Is there anything more sublime than the ruler of a vast kingdom renouncing all pleasures and leaving like an ascetic? Which of the world's totems can explain this?

டிஸ்கவரி புக் பேலஸில் ஓநாய் குலச் சின்னம் நூலைப் பற்றி பேச இருக்கும் தமிழச்சியும் இந்த என்னுடைய விமர்சனத்தை கவனத்தில் எடுத்துக் கொள்வார் என்று நம்புகிறேன். நான் மட்டும் அல்லாமல் நியூயார்க் டைம்ஸில் இந்த நூலுக்கு விமர்சனம் எழுதியிருப்பவரும் என் கருத்தை ஒட்டியே எழுதியிருக்கிறார். அவர் பெயர் மறந்து விட்டேன்.

அக்டோபர் *12, 2013*

சாரு நிவேதிதா

18.12.1953இல் திருவாரூர் மாவட்டத்தில் திருத்துறைப்பூண்டிக்கு அருகில் உள்ள இடும்பாவனம் என்ற ஊரில் பிறந்தார். வளர்ந்ததும் பள்ளிப் படிப்பும் நாகூரில். கல்லூரிப் படிப்பு காரைக்கால், தஞ்சாவூர், திருச்சி. கல்லூரிப் படிப்பை முடிக்கவில்லை. சென்னையில் ஒரு ஆண்டு சிறைத்துறையில் எழுத்தர் பணி. 1978இலிருந்து 1990 வரை தில்லி நிர்வாகம் - சிவில் சப்ளைஸ் துறையில் ஸ்டெனோ. பின்னர் பன்னிரண்டு ஆண்டுகள் தமிழ்நாடு அஞ்சல் துறையில் பணி. 2002இலிருந்து முழுநேர எழுத்து.

இகனாமிக் டைம்ஸ் நாளிதழின் அகில இந்தியப் பதிப்பில், 2001 - 2010 என்ற பத்தாண்டுகளின் சாதனையாளர் பட்டியலில் தமிழகத்திலிருந்து இடம் பெற்ற இரண்டு பேர்களில் ஒருவர் சாரு நிவேதிதா.

இவரது நாவல் ‘ஸீரோ டிகிரி’ Jan Michalski சர்வதேசப் பரிசுக்குப் பரிந்துரைக்கப்பட்டது. ஹார்ப்பர் காலின்ஸ் தொகுத்த, இந்தியாவின் ஐம்பது முக்கிய புத்தகங்களில் ஒன்றாகவும் தேர்ந்தெடுக்கப்பட்டது.

ஆங்கிலப் பத்திரிகைகளில் இவர் எழுதும் கட்டுரைகள் சர்வதேச அளவில் கவனம் பெற்றவை. லண்டனிலிருந்து வெளியாகும் PS Publication-இன் Exotic Gothic தொகுதியில் இவரது Diabolically Yours என்ற பேய்க்கதை ஆங்கிலத்தில் வெளியாகி உள்ளது. தற்சமயம் லண்டனிலிருந்து வெளிவரும் ArtReview Asia என்ற பத்திரிகையில் தொடர் கட்டுரை எழுதி வருகிறார்.

இவரது எழுத்தை ஆங்கில விமர்சகர்கள் விளதிமீர் நபக்கோவ், வில்லியம் பர்ரோஸ், கேத்தி ஆக்கர் போன்ற எழுத்தாளர்களோடு ஒப்பிடுகிறார்கள். உலகின் முக்கியமான transgressive வகை எழுத்தாளர்களில் ஒருவராகக் கருதப்படுகிறார் சாரு நிவேதிதா. தற்போது சென்னையில் வசிக்கிறார்.

ஆசிரியரின் பிற நூல்கள்

நாவல்

1. எக்ஸிஸ்டென்ஷியலிஸமும் ஃபேன்சி பனியனும்
2. ஸீரோ டிகிரி
3. ராஸ லீலா
4. காமரூப கதைகள்
5. தேகம்
6. எக்ஸைல்
7. நான்தான் ஔரங்ஸேப்...
8. அன்பு: ஒரு பின்நவீனத்துவவாதியின் மறுசீராய்வு மனு
9. பெட்டியோ

ஆங்கிலத்தில் கிடைக்கும் நூல்கள்

1. Zero Degree - Novel
2. Marginal Man - Novel
3. Morgue Keeper - Selected Short Stories
4. Unfaithfully Yours - Collection of Articles
5. Towards a Third Cinema
6. To Byzantium: A Turkey Travelogue
7. Conversations with Aurangzeb : A Novel
8. Atonin Artaud: The Body of a Rebel (Play)

சிறுகதைத் தொகுப்பு

1. கர்னாடக முரசும் நவீன தமிழ் இலக்கியத்தின் மீதான ஓர் அமைப்பியல் ஆய்வும்
2. நேநோ
3. மதுமிதா சொன்ன பாம்பு கதைகள்
4. ஷேக்ஸ்பியரின் மின்னஞ்சல் முகவரி
5. ஊரின் மிக அழகான பெண் (மொழி பெயர்ப்புச் சிறுகதைகள்)
6. முத்துக்கள் பத்து (தேர்ந்தெடுத்த சிறுகதைகள்)
7. Diabolically Yours - Exotic Gothic Vol-2 இல் வெளிவந்த சிறுகதை
8. இன்ஸ்பெக்டர் செண்பகராமனும் திருவல்லிக்கேணி டாஸ்மாக்கும்

நாடகம்

ரெண்டாம் ஆட்டம்

அந்தோனின் ஆர்த்தோ: ஒரு கிளர்ச்சிக்காரனின் உடல்

கட்டுரைத் தொகுப்பு

1. கோணல் பக்கங்கள் - பாகம் 1
2. கோணல் பக்கங்கள் - பாகம் 2
3. கோணல் பக்கங்கள் - பாகம் 3
4. கலகம் காதல் இசை

5. வாழ்வது எப்படி?
6. எனக்குக் குழந்தைகளைப் பிடிக்காது
7. தீராக் காதலி
8. கனவுகளின் மொழிபெயர்ப்பாளன்
9. கடவுளும் நானும்
10. மூடுபனிச் சாலை
11. ஆஸாதி... ஆஸாதி... ஆஸாதி...
12. தப்புத் தாளங்கள்
13. வரம்பு மீறிய பிரதிகள்
14. தாந்தேயின் சிறுத்தை
15. கடவுளும் சைத்தானும்
16. கலையும் காமமும்
17. மலாவி என்றொரு தேசம்
18. கெட்ட வார்த்தை
19. மனம் கொத்திப் பறவை
20. எங்கே உன் கடவுள்?
21. கடைசிப் பக்கங்கள்
22. பழுப்பு நிறப் பக்கங்கள் (பாகம் - 1)
23. பழுப்பு நிறப் பக்கங்கள் (பாகம் - 2)
24. பழுப்பு நிறப் பக்கங்கள் (பாகம் - 3)
25. சரசம் சல்லாபம் சாமியார்
26. வேற்றுலகவாசியின் டயரிக் குறிப்புகள்
27. நிலவு தேயாத தேசம்
28. மழையா பெய்கிறது?
29. மெதூஸாவின் மதுக்கோப்பை
30. நாடோடியின் நாட்குறிப்புகள்
31. கனவு, கேப்பச்சினோ, கொஞ்சம் சாட்டிங்... - தொகுதி - 2
32. திசை அறியும் பறவைகள்
33. வரம்
34. அ-காலம்
35. பூச்சி தொகுதி - 1
36. பூச்சி தொகுதி - 2

சினிமா

1. லத்தீன் அமெரிக்க சினிமா - ஓர் அறிமுகம்
2. சினிமா: அலைந்து திரிபவனின் அழகியல்
3. சினிமா சினிமா
4. நரகத்திலிருந்து ஒரு குரல்
5. கனவுகளின் நடனம்
6. ஒளியின் பெருஞ்சலனம்

கேள்வி - பதில்
1. அருகில் வராதே
2. அறம் பொருள் இன்பம்

நேர்காணல்
1. ஒழுங்கின்மையின் வெறியாட்டம்
2. இச்சைகளின் இருள்வெளி (நளினி ஜமீலாவுடன் ஒரு உரையாடல்)
3. அந்நியனுடன் ஓர் உரையாடல்

இணையதளம்
www.charuonline.com
www.charunivedita.com